கறுப்பு பூனைக் கூட்டம்

ஆர்னிகா நாசர்

ISBN 979-8-88869-618-7

1

அனுஸிதாராவின் கூந்தல்போல் கறுத்து இருண்டு கவிழ்ந்திருந்தது வானம். ராகுல் ப்ரீத் சிங்கின் கண்களை ஒளிநகல் எடுத்து நட்சத்திரங்கள் வானெங்கும் இரைந்திருந்தன. சமந்தாவின் மார்பகப் பிளவை ஒத்த பிறைநிலா, நட்சத்திரங்களுக்கு இடையே டாலடித்தது. ஓர் அமானுஷ்ய நிசப்தம் அந்தப் பிராந்தியம் முழுக்க வியாபித்திருந்தது. பகல் முழுக்க ஆயிரம் ஆசைகளுடன் நடமாடிக் கொண்டிருந்த மனிதர்கள், நித்திரா தேவியை ஆலிங்கனம் செய்திருந்தனர். காற்று வரும் திசையில் நாசியை வைத்து முடங்கியிருந்தன நாய்கள். வெள்ளை ஆந்தைகள் துருத்திய கண்களுடன் தாழப் பறந்தன. ஒன்பதாவது பரிமாணத்தின் பிரம்மாண்ட வாசல் திறந்துகொண்டு லட்சக்கணக்கான ஆன்மாக்கள் உலா வர ஆரம்பித்தன. அந்த அடுக்குமாடிக் குடியிருப்பின் தரைத்தளத்தில் கோடிக்கணக்கான நீலநிற ஒளிப்புள்ளிகள் உய்க்கிபுய்க்கின. ஜகஜகஜக்ஜக்.... ஒளிப்புள்ளிகள் கோர்க்கப்பட்டு ஓர் உருவம் ஆனது. அந்த உருவத்துக்குள் ஆயிரம் மிருகங்களின் உடற்கூறுகள் ஒளிந்திருந்தன. சில்அவுட்டில் ஒரு மோனாலிசா உருவம் யூகப்பொருளாய் பார்வையானது.

அந்த உருவம் ஒரு ஐந்துவை மார்போடு அணைத்திருந்தது. அந்த ஐந்து பிடியிலிருந்து விடுபட அல்லாடி மல்லாடியது.

ஓவ்... அது ஒரு பூனை!

அது ஒரு கறுப்புப் பூனை!

அது ஒரு போன்ஸாய் புலி!

அது ஒரு மினியேச்சர் புலி!

பத்து கிலோ அக்மார்க் இருட்டு!

அது மெதுவாக வாய்திறந்து 'மியாவ்' என்றது. அந்த மியாவ் ஒலியின் டிஜிட்டல் கரகரப்பாய் எதிரொலித்தது. உருவத்தின் பிடியிலிருந்து வழுக்கி கீழே குதித்தது. இருபது டெஸிபல் சப்தம் எழுந்தது.

குதித்த பூனை உடலை முறுக்கிக்கொண்டது. பூனை பொசுபொசு கொழுகொழுப்பாய் இருந்தது. அதற்கு ஆரஞ்சுநிறக் கண்கள். மீசைமயிர்கள் துருத்தியிருந்தன. காற்றின் வாசனையை நாக்கைச் சுழற்றிச் சுவைத்தது. மணிக்கு 48 கிலோமீட்டர் ஓடும் கால்கள். முன்னங்காலில் ஐந்து ஐந்து நகங்கள். பின்னங்காலில் நான்கு நான்கு நகங்கள். பூனையின் கறுப்பு ரோமங்கள் வெல்வெட்டின. வலது முன்னங்காலை முன் தூக்கியது. மனிதனைவிட ஐந்து மடங்கு கேட்கும் சக்தி அதிகமுள்ள காதுகளை 180 டிகிரி திருப்பியது.

மெதுவாக மிக மெதுவாக அடுக்குமாடிக் குடியிருப்பின் படிக்கட்டுகளில் கறுப்புப் பூனை ஏற ஆரம்பித்தது. அதன் வால் கேள்விக்குறியாய் நிமிர்ந்து நின்றது.

முதல் தளத்தில் ஒரு சயாமிஸ் பூனை நின்றது. அது சாம்பல் நிறத்தில் மினுமினுத்தது. இரண்டாவது தளத்திலிருந்து ஒரு பெர்ஷியன் பூனை வெளிப்பட்டது.

தொடர்ந்து மூலை முடுக்குகளிருந்து பர்மிஸ், ஹிமாலயன், ஸ்காட்டிஷ், நார்வேஜியன் காட்டுப் பூனை, ஜப்பானிஸ் பாப்டெயில், துர்கிஷ் பூனைகள் பூத்தன.

கறுப்புப் பூனையை மற்ற பூனைகள் சூழ்ந்து நின்றன, குரோதமாய் கொலை வெறியாய் முறைத்தன. வித்தியாசமான ஒலியினில் மியாவின... கராவின. சூழ்ந்திருந்த பூனைகளில்

                                   கறுப்பு பூனைக் கூட்டம்

மிகவும் அரிய வகையான அமெரிக்கன் ஓயர்ஹேர் பூனையும் இருந்தது.

காட்சியமைப்பில் டன் கணக்கில் அமானுஷ்யம் பூத்தது.

கறுப்புப் பூனை மீது நாற்பதுக்கும் மேற்பட்ட பூனைகள் கொலை வெறியாய் பாய்ந்தன.

அவ்வளவுதான்...

ரௌத்திரமான ரணகளமான சண்டை ஆரம்பித்தது. தன்மீது பாய்ந்த பெர்ஷியன் பூனையை இடது முன்னங்காலால் சாத்தியது கறுப்புப் பூனை. பெர்ஷியன் பூனை தூரத்தே சொத்தேறியது. வலது முன்னங்காலால் ஸ்காட்டிஷ் பூனையை மொத்தியது கறுப்புப் பூனை. ஒன்றரை டன் மொத்து. தரை தேய்த்து கொண்டுபோய் சுவரில் மோதி இரண்டாய் மடிந்தது.

கறுப்புப் பூனை இப்போது மற்ற பூனைகளைக் கடித்துக் குதற ஆரம்பித்தது.

ஷான்கிளாட் வான்டாம் போல...

புரூஸ் லீ போல...

ஜாக்கிசான் போல...

சக் நாரிஸ் போல...

தாக்குதல் நடத்தியது கறுப்புப் பூனை. காற்றில் பறந்து சுழன்றடித்தது. அனைத்து பூனைகளையும் சிதறடித்தது கறுப்புப் பூனை.

கறுப்புப் பூனை வாய் முழுக்க சிவப்பு ரத்தம்!

தரை முழுக்க ரத்தம் ரங்கோலி போட்டிருந்தது.

பத்து நிமிடச் சண்டையில் அனைத்துப் பூனைகளும் தோற்று பின்னங்கால் பிடறியில் பட பயந்தோடின.

கறுப்புப் பூனை வெற்றிப் புன்னகை வெடித்தது. வாயில் வழியும் ரத்தத்தை முன்னங்கால்களால் துடைத்துக்கொண்டது.

எட்டாவது தளத்துக்குப் போனது.

பிளாட் எண் ஏ-42.

ஜன்னலுக்குத் தாவியது. உடலை வளைத்து நெளித்து ஜன்னலுக்குள் புகுந்து வெளியேறியது.

படுக்கையறைக்குள் ரேஷன் செய்யப்பட்ட நீலநிற வெளிச்சம். படுக்கையில் அவன் படுத்திருந்தான். அவனின் பெயர் சமரன். வயது 25. உயரம் 175 செமீ. 40 அங்குல மார்பளவு. பம்பையாய் வகிடு இல்லாத தலைகேசம். அடைப்புக் குறிபோல் புருவங்கள். கிருஷ்ணக் கண்கள். கிரேக்க மூக்கு. மீசையுடன் இணைந்த ரோமானிய தாடி. ரோஜா அடித்த உதடுகள். சிக்ஸ்பேக் உடல். நகாசு செய்யப்பட்ட ஃபித் ஸ்ரீராம் குரல். அழகிய கைகால்கள். மொத்தத்தில் சமரன் ஒரு ஆன்டிரோஜென் புயல்.

சமரன் இருபது வயதில் மாடலிங் செய்ய ஆரம்பித்தான். சில ரசிகைகள் சமரனின் பெயரை இடது மார்பகத்தில் பச்சை குத்தியுள்ளனர். பச்சை குத்தப்படாத வலது மார்பகங்கள், 'நாங்கள் மட்டுமென்ன பாவம் செய்தவர்களா?' என முறையிடுகின்றன.

கறுப்புப் பூனை நின்று நிதானமாக சமரனின் தூங்கும் அழகை ரசித்தது.

தூக்கம் கூடுதல் தேஜஸை சமரன் முகத்தில் வாரி இறைத்திருந்தது.

ஆழமான சீரான சுவாசம்.

மார்பு பஸ்கி தண்டால் எடுத்தது.

தூங்கும்போது அழகாய் தூங்குபவனே உண்மையான ஆணழகன். சமரனின் தூங்கும் அழகை எந்தப் பருவப் பெண்ணாவது பார்த்தால், சிறிதும் லஜ்ஜையின்றி சமரனைப் பாலியல் பலாத்காரம் செய்துவிடுவாள்.

கவிக்கோ அப்துல் ரகுமானின் கவிதை போல் உவமை, உவமான, படிம அழகுடன் தூங்குகிறான் சமரன்.

சமரனின் மீது பாய்ந்தது கறுப்புப் பூனை.

     கறுப்பு பூனைக் கூட்டம்

குளக்கரைக் கொக்கு தனது அலகுகள் கொள்ளாத பெரிய மீனைக் கவ்வி விழுங்க யத்தனிப்பது போல, கறுப்புப் பூனை சமரனைக் கவ்வியது.

சமரன் தூக்கத்திலிருந்து விடுபடாமல், அதே நேரம் கவ்வலிலிருந்து விடுபடத் துடிதுடித்தான். பற்கள் சமரனின் உடலைக் கிழித்துவிடாமல் பார்த்துக்கொண்டது கறுப்புப் பூனை.

கறுப்புப் பூனை சமரனைக் கவ்வியபடி ஜன்னலுக்கு வந்தது. ஜன்னல் கம்பிகள் விலகி வழிவிட்டன. சமரனுடன் பேய்த்தனமாய் ஓடியது. மொட்டைமாடிக்கு வந்து சேர்ந்தது.

சமரனுக்கு இப்போது விழிப்பு வந்தது.

"ஹே ஹேய்... யார் நீ? என்னை எங்கு தூக்கிச் செல்கிறாய்?"

சமரனைத் தனது காலடியில் துப்பிவிட்டு கண்சிமிட்டியது, கறுப்புப் பூனை.

"அமைதிப்படு சமரா... உனக்குப் பிடித்த இடத்துக்குத்தான் போகிறோம்!"

"உன்னால் எப்படி என்னைப் போல் பேச முடிகிறது?"

"ரகசியம், பரம ரகசியம் சமரா!"

"நீ பத்து கிலோ எடை இருப்பாய். நானோ அறுபது கிலோ இளைஞன். என்னை எப்படிக் கவ்விக் கொண்டு நடக்கிறாய்?"

"பூனைகள் பாஷையே நூறு இருக்கின்றன. நான் சகலகலாவல்ல பூனை!"

"நான் என்ன தந்தால் என்னை விடுவாய்?"

"உன் அழுக்குத் தலையணை கொடு, நான் தூங்க. பேசாமல் இரு. உன்னைத் தூக்கிக்கொண்டு நான் வெகுதூரம் ஓட வேண்டியிருக்கிறது!"

மீண்டும் கறுப்புப் பூனை சமரனைக் கவ்வியது. கட்டடம் கட்டடமாய் தாவியது. எட்டு கோல் பாய்ச்சல்.

ஏறக்குறைய நூற்றுக்கணக்கான கட்டடங்களைத் தாண்டி வந்துவிட்டது, கறுப்புப் பூனை.

"பூனைக்கு ஒன்பது உயிர்கள் என்பார்கள். உன் தாவலில் மெய்ப்பிக்கிறாய்."

கறுப்புப் பூனை சிரித்தது.

மீண்டும் தாவித் தாவி ஓட ஆரம்பித்தது, பூனை.

இரண்டு மணி நேர ஓட்டத்துக்குப் பின் ஓர் எண்பது மாடி கட்டடத்தின் உச்சிக்கு வந்து சேர்ந்தது. கீழே 800 அடி அதலபாதாளம்.

சமரனைத் துப்பியது. "உனக்கு உயரம் என்றால் பயமா சமரன்?"

"ஆமாம்... பத்தடி உயரம் என்றால்கூட எனக்கு பயம்!"

"மிகவும் சிறப்பு... இப்போது நாம் எண்ணூறு அடி உயரத்தில் இருக்கிறோம்... நீயும் நானும் தரைக்குக் குதிக்கப் போகிறோம். பிழைப்பது நீயா நானா என்று பார்ப்போம்!"

"நான் இந்த விபரீத விளையாட்டுக்கு வரவில்லை!"

"உனக்கு நான் கொடுக்கும் ஒரே தெரிவு குதிப்பதே. ஒன்று நீயே குதிப்பது அல்லது நான் உன்னைத் தள்ளிவிடுவது!"

"எட்டிப்போ கறுப்புப் பூனையே!"

தப்பித்து ஓட முயன்றான் சமரன். கறுப்புப் பூனைக்கும் அவனுக்கும் கைகலப்பு மூண்டது. ஆனால், பூனையின் அசுர பலத்தின் முன் சமரனின் தாக்குதல் எடுபடவில்லை.

"குதி சமரா, குதி! "

"தர்பூசணி பழமாய் சிதறிவிடுவேன்!"

"எப்படித்தான் சிதறுகிறாய் என்று பார்ப்போம்... குதி!"

மறுதலித்துக் கொண்டிருந்தவனைக் கட்டடத்தின் விளிம்பில் கொண்டுபோய் நிறுத்தியது. "கண்ணை மூடிக்கொண்டு குதி!"

சமரனைத் தள்ளிவிட்டுவிட்டு தானும் குதித்தது, கறுப்புப்
பூனை.

காற்றில் நீந்த முயன்று தோற்று தரையில் தொப்பீரப் போனான்
சமரன்!

<hr>

2

ஆழத்தரையில் திருஷ்டி பூசணிக்காயாய் உடைந்து சிதறும் மைக்ரோ நொடியில் கனவு கலைந்தது.

திடுக்கிட்டு எழுந்து படுக்கையில் அமர்ந்தான் சமரன்.

முகம் முழுக்க வியர்த்துக் கொட்டியது.

கண்டது கனவா நனவா எனத் திரிசங்கு நிலையில் தத்தளித்தான். தனது உடலில் பூனையின் கடித் தடயங்கள் உள்ளனவா எனத் தடவி ஆராய்ந்தான்.

எழுந்தான். கட்டிலுக்கு அடியில் கறுப்புப் பூனை ஏதாவது ஒளிந்திருக்கிறா எனத் தேடினான்.

ஜன்னலுக்கு ஓடினான்.

பார்வையை ஜன்னலுக்கு அப்பால் செலுத்தி துழாவினான்.

"மியாவ்! மியாவ்!" எனப் பூனை போல் கத்திப் பார்த்தான்.

தன்னை ஓர் எலியாகக் கற்பனை செய்து கனவில் கறுப்புப் பூனை தூக்கிச் சென்றதோ? எலியின் சாயல் தனக்கு துளியேனும் இருக்கிறதா எனக் கண்ணாடி முன் நின்று தேடினான். ஒரு கிராம் சாயலும் இல்லை.

ஏதாவது ஒரு பூனையை சமீபத்தில் பார்த்தோமா? பார்த்தது கனவில் வந்ததோ?

எப்போது கனவு கண்டாலும் எழுந்தவுடன் மறந்துவிடும். பிரம்ம பிரயத்தனம் செய்தாலும் கனவின் ஒரு பிரேமைக்கூட ஞாபகத்துக்கு கொண்டுவர முடியாது. ஆனால், இப்போது கண்டுமுடித்த கனவோ பச்சை குத்தியது போல, ஒரு குறும்படம் போல மனதில் நிற்கிறதே, எப்படி?

'கண்ட கனவு எனக்கு எதனை உணர்த்துகிறது? கனவில் பிராய்டியன் தாக்கம் பதுங்கியிருக்குமோ? யாரிடம் சொன்னால் இந்தக் கனவுக்குப் பலன் கூறுவார்கள்? கனவில் வந்தது ஆண் பூனையா, பெண் பூனையா? தொடர்ந்து எனக்குப் பூனைக் கனவுகள் வருமோ?'

'ஒரு பூனைக் கனவுக்கு இத்தனை முக்கியத்துவம் தரக் கூடாது. கனவில் தாக்கத்தைச் சொரண்டி எடுத்துவிட்டு யதார்த்த உலகிற்குள் பிரவேசிப்போம்!'

கைப்பேசி சிணுங்கியது.

அழைப்பது யாரெனப் பார்த்தான்.

வான்முகில்!

வான்முகிலுக்கு வயது 22. கேட்ரினா கைப்பையும் திஷா படானியையும் கியாரா அத்வானியையும் மிக்ஸியில் அடித்து எடுத்த புதிய பானம், வான்முகில். 36-24-36 மார்பளவு. எலிபண்ட் பஞ்ச் ஊறும் உதடுகள். ரக்பி பந்து மார்புகள். கால் பந்து புட்டங்கள். ஸ்ரேயா கோஷலைத் தோற்கடிக்கும் குரல்வளம். அவளைப் பார்த்தாலே எந்த ஆணுக்கும் ஆயிரம் வருடக் காமம் சுரக்கும். சமரனுடன் ஐந்து வருடமாக மாடலிங்கில் ஈடுபட்டவள். சமரன் தற்சமயம் நடிக்கும் முதல் படத்தின் கதாநாயகி இவள்தான். சமரனும் வான்முகிலும் மாடலிங், சினிமா மீறிய நண்பர்கள்.

கைப்பேசியைக் கையில் எடுத்தான். "ஹலோ... குட்மார்னிங் செல்லம்!"

"மார்னிங்டா... என்னடா பண்ற? ஜிம்ல வொர்க் அவுட் பண்ணாம..."

"ஒரு பூனைக் கனவு என்னை வெகுவா டிஸ்டர்ப் பண்ணிருச்சு கன்னுக்குட்டி!"

"சீக்கிரம் கல்யாணம் பண்ணிக்கடா... இல்லேன்னா செக்சுவல் ஃபேன்டஸி கனவுகள் தொடரும்!"

"யாரைக் கல்யாணம் பண்ண?"

"என்னைக் கல்யாணம் பண்ணிக்கிட்டு மத்தவள்களைச் சின்னவீடா வச்சுக்க. அல்லது மத்தவள்கள்ல யாரையாவது கல்யாணம் பண்ணிக்கிட்டு என்னைச் சின்னவீடா வச்சுக்க!"

"இப்பதான் என் சினிமா கேரியரை ஆரம்பிச்சிருக்கேன். இன்னும் மூணு வருஷத்துக்குக் கல்யாணம் என்ற பேச்சே கிடையாது!"

"எத்தனையோ நடிகர்கள் கல்யாணம் பண்ணிக்கிட்டு சக்ஸஸ்புல் ஹீரோவா வலம் வந்துகிட்டுதான இருக்காங்க?"

"எனக்கு ஒத்து வராது!"

"ஏன், ஷூட்டிங் போகாம காதல் மல்யுத்தத்தில தொடர்ச்சியா ஈடுபடுவியோ?"

"விடியக்காலைல ஆபாசமா பேசி என் மூடைக் கெடுக்காதே!"

"எல்லாம் சரிடா... இன்னைக்கி ஷூட்டிங் வருவல்ல... எனக்கும் உனக்கும் டூயட் ஸாங் சீக்குவன்ஸ் இருக்கு!"

"கட்டாயம் வருவேன், என் பார்பி பொம்மையே..."

"ஷூட்டிங் ஸ்பாட்டில் நேரா சந்திப்போம், பைடா..."

கைப்பேசியை வைத்தான் சமரன். அறையை விட்டு வெளியே வந்தான்.

"குட்மார்னிங் மகனே!" விளித்தாள் அம்மா.

"குட்மார்னிங்!"

                கறுப்பு பூனைக் கூட்டம்

சமரனுக்கு அப்பா இல்லை. அம்மா மட்டும்தான். அம்மா ஒரு ப்யூட்டி பார்லர் வைத்து நடத்துகிறாள்.

"காஃபி குடிக்கிறியாடா?"

"பல் துலக்கிட்டு ஜிம்ல வொர்க் அவுட் பண்ணிட்டு குளிச்சிட்டு வந்திடுறேன். ஐ லவ் யூ மம்மி!" அம்மாவைக் கட்டியணைத்து இரு கன்னங்களிலும் முத்தமிட்டான்.

கண்ணாடி முன் நின்று பல் துலக்கினான். சமரனுக்குப் பின் ஒரு சாம்பல்நிறப் பூனை நின்று முறைப்பது போல பிரமை பூத்தது. திரும்பி தனக்குப் பின் துழாவினான். பூனையும் இல்லை, கீனையும் இல்லை.

ஜிம்மில் வொர்க் அவுட் செய்ய ஆரம்பித்தான் சமரன். வியர்வை மழையில் நனைந்தான். இரண்டாயிரம் கலோரிகளைத் தொலைத்தான்.

ட்ரட் மில்லில் ஓடினான்.

டம்ப் பெல், கெட்டில் பெல், ஸ்டபிலிட்டி பால், ரோயிங் மெஷின், லெக் பிரஷ், மெஷின் ஜம்ப்ரோப், பெஞ்ச் பிரஷ் இறைந்து கிடந்தன.

உடற்பயிற்சிக் கருவிகளுக்கு இடையே ஒரு வெள்ளைப் பூனை உலாத்தியது. தலையை உலுக்கிக்கொண்டு பார்த்தான். பூனையைக் காணவில்லை.

'அதிகாலையில் கண்ட பூனைக் கனவின் பின்விளைவுகளோ நான் குளியலறையிலும் உடற்பயிற்சிக் கூடத்திலும் பூனைகளைப் பார்ப்பது?'

'பூனைக் காட்சிப் படிமங்கள் என்னைத் தொடர்ந்து வேட்டையாடுகின்றனவே?'

'பூனைகள் தோன்றுவது பிரமையா அல்லது நிஜமான நிஜமா?'

'கண்ணில் தெரியும் பூனைகளை என்னால் அலட்சியப்படுத்த முடியவில்லையே... என்ன செய்யலாம்?'

'இதற்கு முன் பூனைகளைப் பற்றி எனக்கு எந்தவொரு சிறப்பான அபிப்ராயமும் இருந்ததில்லை. பூனைகள் கோடிக்கணக்கான

மக்களின் செல்ல வளர்ப்புப் பிராணியாயிற்றே... நாய்கள் வளர்க்க விரும்பாத இஸ்லாமியர் பலர் பூனை வளர்ப்பர்.'

'இனி பூனைகள் தோன்றும் காட்சியமைப்புகளை முற்றிலும் புறக்கணிக்க வேண்டும்.'

அரை மைசூர் சாண்டல் சோப் கரைய குளித்தான் சமரன். பூத்துவாலை சுற்றிக்கொண்டு குளியலறையிலிருந்து வெளிப்பட்டான்.

ஜீன்ஸ் பேண்ட்டும் ராம்ராஜ் ஆயத்த ஆடை சட்டையும் அணிந்துகொண்டான்.

தக்காளிச் சட்னியும் தேங்காய்ச் சட்னியும் தொட்டுக்கொண்டு நான்கு இட்லி சாப்பிட்டான். காஃபி கொடுத்தாள் அம்மா. குடித்தான்.

"ஷூட்டிங் கிளம்புகிறேன் அம்மா. இந்தப் படம் சூப்பர் டூப்பர் ஹிட்டாக என்னை வாழ்த்துங்கள். உங்களின் ஆசிர்வாதமே என்னைப் பாதுகாக்கும் அரண்!"

தாயின் கால்களில் விழுந்து சேவித்தான் சமரன்.

ஹோண்டா காரை கிளப்பினான். காரின் பின் இருக்கையிலிருந்து யாரோ எழுந்து ஓடியது போல் உணர்ந்தான்.

கார் பிரதான சாலையில் பாய்ந்தது.

காரை ஓட்டிக்கொண்டே சீழ்க்கையடித்தான் சமரன்.

கார்களும் ஆட்டோக்களும் வேன்களும் ஸ்நூக்கர் பந்துகளாய் நகர்ந்தன.

நடைமேடையில் மக்கள் போய்வந்த வண்ணம் இருந்தனர்.

இயல்பான பார்வை பார்த்துக்கொண்டே வந்த சமரன் ஸ்தம்பித்தான். போக்குவரத்து காவல் அதிகாரிக்குப் பதில் தொப்பி அணிந்த பூனை இரண்டு கால்களால் நின்று போக்குவரத்தை சீர் செய்துகொண்டிருந்தது.

சிவப்பு நிறத்துக்கு சிக்னல் மாற காரை நிறுத்தினான் சமரன்.

நூற்றுக்கணக்கான பூனைகள் ஜீப்ரா கிராஸிங்கைக் கடந்து சென்றன.

நடைமேடையில் பல வர்ணப் பூனைகள் ஷாப்பிங் பேக்குகளைத் தூக்கிக் கொண்டு நடந்து சென்றன.

ஒரு பிச்சைக்காரி கையை ஏந்தி பிச்சை கேட்டாள். சில்லறை இல்லை என உதடு பிதுக்கினான் சமரன். இடுப்பில் குழந்தைக்குப் பதில் ஒரு பூனையைத் தூக்கி வைத்திருந்தாள். விக்கித்தான்.

ஸ்டுடியோவுக்குள் பிரவேசித்தான் சமரன். பிரதான வாசலில் சீருடை அணிந்த பூனை சல்யூட் அடித்தது.

நான்காவது தளத்துக்குப் போனான் சமரன். ஒப்பனை அறைக்குள் புகுந்தான். பெண் ஒப்பனையாளர் சமரனுக்கு ஒப்பனை செய்ய ஆரம்பித்தாள். ஒப்பனை செய்யும்போது ஒப்பனையாளரின் மார்பகங்கள் சமரனின் மீது சுகமாக உராய்ந்தன.

ஒப்பனை செய்யும் பெண்ணின் முகத்தைப் பார்த்தான்.

பூனை முகமாக இருந்து மனித முகத்துக்குத் தாவியது.

டைரக்டர் உள்ளே பிரவேசித்தார். "குட்மார்னிங் சமரன்!"

"குட்மார்னிங் சார்!"

"ஐ லைக் யுவர் பங்க்சுவாலிட்டி... இந்தத் தொழில் பக்தி உங்களை உன்னத உயரத்துக்குக் கொண்டுபோகும்!"

"நன்றி சார்!"

"இன்னைக்கி டூயட் ஸாங் எடுக்கப்போறோம். நூத்துக்கணக்கான குரூப் டான்ஸர்ஸ் உங்களோடு சேந்து ஆடப் போராங்க. உங்களுக்கும் ஹீரோயினுக்கும் கெமிஸ்ட்ரி சிறப்பா வொர்க் அவுட் ஆகணும். சிவாஜி பத்மினி போல, எம்.ஜி.ஆர். சரோஜாதேவி போல, ஜெமினி சாவித்திரி போல, கமல் ஸ்ரீபிரியா போல, விஜய் தமன்னா போல, அஜித் சிம்ரன் போல, சமரன் வான்முகில் ஜோடி பேர் வாங்கணும்!"

"எல்லாம் இறைவனின் நாட்டம் சார்!"

"உங்க ஜோடியைப் பார்த்தாலே ரசிகர்கள் கிளுகிளுத்துப் போகணும். அதுக்கு உங்க பாடி லாங்குவேஜும் உதவணும்!"

"ஓ. கே. சார்!"

டான்ஸ் மாஸ்டர் பாபா பாஸ்கர் நடன அசைவுகளை சொல்லிக் கொடுத்தார். அதனைப் பார்த்து சமரனும் வான்முகிலும் ஆடிக் காட்டினர்.

கிளாப் கட்டை அடிக்கப்பட்டது.

"ஸ்டார்ட் கேமிரா... ஆக்ஷன்!"

நாகரா ஒலித்தது.

பூனையைப் பற்றிய நினைவுகளை மூட்டை கட்டி வைத்துவிட்டு குழு நடனத்தில் புகுந்து விளையாடினான் சமரன்.

ஆனந்தபாபு, விஜய், சிவகார்த்திகேயனை விட நளினமாக ஆடினான் சமரன்.

சமரனின் நடனத்துக்கு மிகச் சிறப்பாக ஈடுகொடுத்தாள் வான்முகில்.

"ஷாட் ஓகே!"

ஷாட் முடிந்ததும் டான்ஸ் மாஸ்டருடன் துணை நடனக் கலைஞர்களும் கூடி சமரன் சிறப்பாக நடனமாடியதற்காக மொத்தமாகக் கை தட்டினர்.

"சபாஷ்!" என்றார் டைரக்டர்.

உணவு இடைவேளை நேரம். கேரவனுக்குள் புகுந்தான் சமரன். உடன் நடிப்பவர்களின் பாராட்டு சமரனின் மனதை லேசாக்கியிருந்தது.

மதிய உணவு சாப்பிட்டு முடித்தான்.

சிறிது நேரம் ஓய்வெடுப்போம். சரிந்து படுத்தான். திடீரென்று கேரவனுக்குள் யாரோ நடமாடுவது போல உணர்ந்தான்.

"யாரது?"

பதில் இல்லை.

எழுந்து கேரவனுக்குள் யாராவது இருக்கிறார்களா எனத் துழாவினான்.

கழிப்பறையைத் திறந்தான்.

சடாரென்று ஒரு பச்சைநிறப் பூனை வெறித்தனமாக சமரனின் மீது பாய்ந்தது!

பூமி உருண்டை வெடிக்கும் டெஸிபலில் வீறிட்டான் சமரன்!

———◦∞◦———

3

நாற்றமடிக்கும் பச்சை நிற திரவத்தை ஒரு பூனை வடிவத்துக்குள் நிரப்பி தன் மீது விட்டெறிந்தது போல அருவருப்பு அடைந்தான் சமரன்.

தன் மீது பாய்ந்த பச்சை நிறப் பூனைக்கு இறக்கைகள் இருந்தது போல சமரனுக்குத் தோன்றியது.

பச்சைப் பூனை பாய்ந்த சில பல நிமிடங்களில் மயக்கமடைந்தான் சமரன்.

பின்னுக்கு மல்லாக்க விழுந்தான். விழுந்த வேகத்தில் பின்னந்தலையில் 'னங்கார்' என அடிபட்டது.

விழுந்த சப்தம் கேட்டு படப்பிடிப்புக் குழுவினர் ஓடோடி வந்தனர். டைரக்டர் படபடத்தார். "என்னாச்சு, என்னாச்சு? நம்ம ஹீரோவுக்கு என்ன ஆச்சு?"

லைட்பாய் ஒருவன், "சார் விழுந்ததை நான் நேரில் பார்த்தேன். கேரவனுக்குள் எதையோ பார்த்து மயங்கிவிட்டார்!"

உதவி இயக்குநர் ஒருவன் கேரவனுக்குள் ஓடி துழாவினான். அடுத்த ஐந்தாவது நிமிடத்தில் வெளியே வந்து உதடு பிதுக்கினான். "உள்ள யாரும் இல்லை சார்!"

"மயங்கின சமரன் மொதல்ல மூச்சு விடுறாரான்னு பாருங்கப்பா..."

ஒருவர் குனிந்து சோதித்தார்.

"மூச்சு விடுறாரு சார்!"

"யாருக்காவது முதலுதவி செய்யத் தெரியுமா?"

தாமதமாக ஓடிவந்தாள் வான்முகில். "யூனிட்ல வேற யாரோ மயங்கி விழுந்துட்டா நினைச்சேன்... சமரன்னு இப்பதான் தெரிஞ்சது... நேரத்தை வீணடிக்காம ஒரு டாக்டரைக் கூப்பிடுங்க!"

"ஆம்புலன்ஸைக் கூப்பிடவா? டாக்டர் இங்க வந்து பாக்கிறதுக்குப் பதிலா நாம சமரனை ஏதாவது ஒரு ஹாஸ்பிட்டலுக்குக்கொண்டுபோய்அட்மிட்பண்ணிடுவோம்!"

ஆம்புலன்ஸுக்கு போன் செய்தான் உதவி இயக்குநர்.

ஆம்புலன்ஸ் வந்து சேர்ந்தது.

சமரனை ஆம்புலன்ஸில் ஏற்றினர். ஆம்புலன்ஸ் விரைந்தது. மருத்துவமனையில் சமரன் சேர்க்கப்பட்டான்.

ரத்த அழுத்தம் சோதித்தனர். ஹெட் ஸ்கேன் செய்யப்பட்டது.

இயக்குநரிடம் வந்தார் மருத்துவர். "நீங்கதான் டைரக்டரா? சமரனுக்கு ஒண்ணுமில்ல. சுயநினைவுக்கு வந்துட்டார்."

"தலைக்காயத்தில் பிரச்சினை ஒண்ணுமில்லையே?"

"ஒண்ணுமில்ல..."

"எதனைக் கண்டு சமரன் மயங்கி விழுந்தார்?"

"தெரியவில்லை... விசாரிப்போம்!"

"நாங்க இப்ப சமரனைப் பார்க்கலாமா?"

"தாராளமா பாருங்க!"

ஏழெட்டு பேர் அறைக்குள் உள்ளோடினர்.

இயக்குநர் சமரனின் கைகளைப் பற்றிக்கொண்டார். "ஆர் யூ கொயட் நார்மல் சமரன்?"

பலவீனமாய் தலையை அசைத்தான்.

"கேரவனுக்குள் என்ன பார்த்தீர்கள் சமரன்?"

"ஒரு பச்சை நிறப் பூனை என் மீது பாய்ந்தது!"

"பச்சை நிறத்தில் பூனை எங்கிருக்கிறது? விழித்துக்கொண்டே கனவு கண்டிருக்கிறீர்கள் சமரன்!"

அழுதபடி சமரனின் கைகளைப் பற்றினாள் வான்முகில். "பயந்து போய்ட்டேன்டா... உனக்கு ஒண்ணுமில்லைன்னு தெரிஞ்சவுடனேதான் நிம்மதியானேன்!"

மருத்துவர் உட்பட்டார்.

ஒரு செவிலியர் நங்கை சமரனை எழுப்பி அமர வைத்தாள்.

"சமரனிடம் சில கேள்விகள் கேட்க வேண்டியிருக்கிறது... நீங்கள் எல்லாம் வெளியில் இருங்கள்!"

தயங்கித் தயங்கி அனைவரும் வெளியே வந்தனர்.

"நாம கொஞ்சம் பேசலாமா சமரன்?"

"எஸ்?"

"உங்களுக்கு என்ன வயதாகிறது?"

"இருபத்தி ஐந்து!"

"உங்களது எடை என்ன?"

"அறுபத்திரெண்டு கிலோ!"

"உங்களை மருத்துவமனையில் அட்மிட் செய்தபோது உங்களின் ரத்த அழுத்தம் 180/100... உங்க வயதுக்கு இது அப்நார்மல்..."

"கேரவனிலிருந்து ஒரு பச்சைப் நிற பூனை என் மீது பாய்ந்ததால் பயந்து மயங்கிவிட்டேன். அதனால் பி.பி. ஏறி இருக்கலாம்!"

"உங்க பெற்றோருக்கு பி.பி. இருக்கா?"

"அப்பா உயிரோட இல்லை. அம்மா மட்டும்தான். அம்மாவுக்கு பி.பி. இல்லை!"

"உங்களுக்குக் குடிப் பழக்கம் உண்டா?"

"குடிக்க மாட்டேன். ஐ எம் எ டீடோட்டலர் டாக்டர்!"

"எப்போதாவது பார்ட்டிகளில்கூடக் குடித்தது கிடையாதா?"

"இல்லவே இல்லை!"

"போதைப் பொருள் பழக்கம் உண்டா?"

"அப்டின்னா?"

"போதை ஊசி போட்டுக்கறது. போதை மாத்திரை விழுங்குறது. போதை பவுடரை மூக்குல வச்சு நுகர்றது!"

"இதெல்லாம் நீங்களே எனக்குச் சொல்லித் தருவீங்க போல. போதை சமாச்சாரம் எனக்கு அறவே பிடிக்காது!"

"இந்தக் கேள்வி கேட்க மன்னிக்கணும்... நீங்க ஒரு செக்ஸ் அடிக்ட்டா?"

"வாட் டு யூ மீன்?"

"கல்யாணம் பண்ணிக்காமலே ஒவரா செக்ஸில் ஈடுபடுகிறீர்களா?"

சிரித்தான் சமரன்.

"கடந்த அஞ்சு வருஷத்ல இரண்டு மூணு ஒன் நைட் ஸ்டாண்ட்... அவ்வளவுதான்... இப்ப என் கவனமெல்லாம் என் நடிப்பு கேரியரில்தான்..."

"உங்களுக்குத் தூக்கத்தில் விந்து வெளியேறுவது உண்டா?"

"இல்லை!"

"உங்களுக்கு அடிக்கடி செக்சுவல் ஃபேன்டஸி கனவுகள் வருவது உண்டா?"

"இல்லை!"

"நேற்றிரவு முழுக்க தூங்காமல் இருந்தீர்களா?"

"தூங்கினேனே..."

"தனிமையில் இருக்க பயப்படுவீர்களா?"

"நான் என்ன சின்ன லொல்லாவா பயப்பட? பயப்பட மாட்டேன்!"

"மிகச் சிறிய விஷயங்களைப் பெரிதாய் யோசித்து மனதைக் குழப்பிக் கொள்வீர்களா?"

"இல்லை!"

"நான் பார்த்த பிராவுக்கு மூன்று கப்புகள் எனப் பிடிவாதம் பிடிப்பீர்களா?"

"மாட்டேன்!"

"உங்களுக்கும் உங்களுடன் சேர்ந்து நடிக்கும் வான்முகிலுக்கும் உறவு எப்படியிருக்கிறது?"

"சினிமாவுக்கு உள்ளேயா, சினிமாவுக்கு வெளியேயா?"

"இரண்டிலும்!"

"நல்ல தோழி!"

"அவருடன் நீங்கள் செக்ஸ் வைத்துக்கொண்டது உண்டா?"

"இல்லை!"

"செக்ஸ் வைத்துக்கொள்ள விரும்பி வான்முகில் உங்களை வற்புறுத்தியது உண்டா?"

"இல்லை!"

"செக்ஸ் வைத்துக்கொள்ள விரும்பி நீங்கள் வான்முகிலை வற்புறுத்தியது உண்டா?"

"இல்லை!"

"பிளேட்டோனிக் நட்பு. இந்தக் காலத்தில் அபூர்வம். ஜோடியாக நடிக்கிறீர்கள். இருவருக்கும் நெருக்கமான சீன்கள் இருக்கும். கட்டியணைத்திருப்பீர்கள்.

முத்தம் கொடுத்திருப்பீர்கள். மார்போடு மார்பு உரசியிருப்பீர்கள். எங்குமே உணர்ச்சி எல்லை மீறவில்லையா?"

  கறுப்பு பூனைக் கூட்டம்

"நடிப்பைத் தொழிலாகக் கருதுகிறோம். எங்களிருவருக்கும் மிகப் பெரிய குறிக்கோள்கள் இருக்கின்றன!"

"மகிழ்ச்சி. உங்களிருவர் உறவையும் கொச்சைப்படுத்துவது எங்க நோக்கமல்ல... மருத்துவத் தெளிவு பெற சில கேள்விகளைக் கேட்கிறோம்... அவ்வளவே..."

"தாராளமா கேளுங்க!"

"சமீபத்தில் தலையில் உங்களுக்கு அடி ஏதாவது பட்டதா?"

யோசித்து பதிலளித்தான் "இல்லை!"

"பூனைகள் பற்றி உங்கள் அபிப்ராயம் என்ன?"

"வளர்ப்புப் பிராணிகள்... வேறொரு அபிப்ராயமும் இல்லை டாக்டர்"

"கேரவனுக்குள் நிஜம் போலவே பூனையைப் பார்த்தீர்களா சமரன்?"

"ஆமா டாக்டர்!"

"உங்க கண்களுக்குத் தெரிந்த பச்சைப் பூனை வேறொருவர் கண்ணுக்கும் படவில்லையே, ஏன்?"

"தெரியவில்லை!"

"பூனையை வளர்ப்பவர் இறந்துவிட்டால், அவரது மாமிசத்தைப் புசிக்கும் குணமுடையவை பூனைகள் எனப் படித்திருக்கிறேன்..."

"ஓ, அப்படியா?"

"நான் உங்களுக்கு சில அறிவுரைகள் கூற விரும்புகிறேன். விரும்பத்தகாத காட்சிகளை நீங்க பார்த்தால் அவை உண்மையல்ல மனப்பிரமை என உங்களுக்கு நீங்களே சொல்லிக்கொள்ளுங்கள். குறைந்தது ஆறு மாதங்களுக்கு அமானுஷ்யக் கதைகளை வாசிக்காதீர்கள், அமானுஷ்யப் படங்களைப் பார்க்காதீர்கள். ஒரு மாதத்திற்கு அம்மாவுடன் படுத்துத் தூங்குங்கள். கேரவனில் தனியாக இருக்காதீர்கள். மாமிச உணவுகளைத் தவிருங்கள்..."

"ஓ. கே. டாக்டர்... அப்படியே செய்கிறேன்!"

பேசிக்கொண்டே இருந்த சமரனின் கண்கள் நட்டுக்கொண்டன. அவனும் மருத்துவரும் பேசிக்கொண்டிருப்பதை ஓர் உருவம் தூரத்தில் நின்று உறுத்தது.

அந்த உருவத்தை வெறித்தான் சமரன்.

அந்த உருவத்தின் உடல் முழுக்க பேண்டேஜ் சுற்றப்பட்டிருந்தது. எகிப்தில் மம்மிபிகேஷன் பண்ணப்பட்ட உடல்கள் இப்படித்தான் இருக்கும்.

கண்கள் பகுதியில் மட்டும் பேண்டேஜ் இல்லை. கரிய வட்டக் கண்கள் முறைத்தன.

'ஓ..மை காட்!'

அது ஏதோ ஒன்றை சமரனின் மீது வீசியது.

தவற விடாமல் அதனைப் பிடித்தான். அது ஒரு மினி பிரமிடு மாடல்!

⸙

4

கையில் இருந்த மினியேச்சர் பிரமிடை முன்னும் பின்னும் திருப்பிப் பார்த்தான் சமரன்.

தூயத் தங்கமாய் தகதகத்தது.

அடுத்த நொடி மைனஸ் முப்பது டிகிரி பனிக்கட்டியாய் ஜில்லித்தது.

அடுத்த நொடி ஆயிரம் டிகிரி நெருப்புக் கங்காய் கனன்றது.

சூடு தாங்காமல் பிரமிடைக் கீழே போட்டான்.

தரையில் விழப்போன பிரமிடு காற்றில் கரைந்து மறைந்தது.

"ஊப்!" என்றான் சமரன்.

இப்போது தூரத்தில் நின்றிருந்த மம்மியை நோட்டமிட்டான் சமரன். ஸ்ப்ளாச்! உருவம் செங்குத்தாய் கிறப்பட்டு துண்டு துண்டாய் மறைந்தது. ஷ்க்கும்!

பார்த்த உருவத்தை, ஸ்பரிசித்த பிரமிடை யாரிடம் கூறினாலும் நம்ப மாட்டார்கள். சொல்லிப் பயனில்லாதபோது மௌன இறுக்கமே சிறப்பு.

மருத்துவர் சமரனையே பார்த்துக்கொண்டிருந்தார். "எதையோ பார்க்கக்கூடாததைப்பார்த்தது போலமுகபாவம்காட்டுகிறீர்கள்!

நான் உங்களை டிஸ்சார்ஜ் செய்யப் போகிறேன். இன்னும் மூன்று நாட்களுக்கு ஷூட்டிங்கில் கலந்துகொள்ளாமல் ஓய்வு எடுங்கள்!"

இயக்குநரும் வான்முகிலும் வந்தனர்.

"நீங்க சொன்னதை நானும் கேட்டேன் டாக்டர். சமரன்! டேக் கம்ப்ளீட் ரெஸ்ட் பார் த்ரி டேஸ்!"

தலையாட்டினான் சமரன்.

"எனக்குள் ஒரு சந்தேகம் கிளைக்கிறது. நீங்கள் தப்பாக நினைக்காவிட்டால் நான் சொல்வேன் சமரன்!"

"உங்களுக்கு பிளாக் மேஜிக்கில் நம்பிக்கை உண்டா?"

"இல்லை!"

"எனக்கு இருக்கிறது. உங்களது வளர்ச்சி பிடிக்காத எதிரி ஒருவர் உங்களுக்கு செய்வினை செய்துவிட்டாரோ?"

"எனக்கு நம்பிக்கை இல்லை."

"எங்கள் வீட்டுக்குப் பக்கத்தில் ஒரு முஸ்லிம் குருமார் இருக்கிறார். அவர்செய்வினைவைப்பார், செய்வினைஎடுப்பார். அவருக்கு நாலஞ்சு ஜின்கள் அடிமையா இருக்குதுகளாம்!"

"மாந்திரீகம் காசு சம்பாதிக்கும் ஒரு வழி!"

"நீங்கள் சம்மதித்தால் அவரை ஒரு எட்டு போய்ப் பார்ப்போம். ஆயத்துல் குர்ஸீ எழுதப்பட்ட தாயத்து கொடுப்பார். புஜத்திலோ மணிக்கட்டிலோ இடுப்பிலோ கட்டிக்கொள்ளலாம்!"

"தேவையில்லை!"

வான்முகில், சமரனின் கைகளை ஆதரவாய் பற்றிக்கொண்டாள். "எங்க திருப்திக்கு ஒரே ஒரு தடவை வந்து அந்த முஸ்லிம் மதகுருமாரைப் பார்!"

மென்று விழுங்கினான் சமரன்.

"ரொம்ப யோசிக்காதே. நாளைக்கு அவரைப் பாப்போம்!"

'சரி, போய்த்தான் பார்ப்போமே... அந்த முஸ்லிம் சாமியார் என்ன சொல்றார்னு!'

"ஓகே... போகலாம் வான்முகில்!"

"தட்ஸ் குட் சமரன்!" என்றனர், இயக்குநரும் வான்முகிலும்.

* * * *

ஆரஞ்சு நிற சூரியப் பந்து கிழக்கில் எழுந்தது.

காரை ஓட்டியபடி போர்டிகோவில் வந்து நின்றார் இயக்குநர். பின்னிருக்கையில் வான்முகில்.

வந்ததற்கு அடையாளமாக ஹாரனை அடித்தார்.

ஐந்து நிமிடக் கரைசலில் வெளிப்பட்டான் சமரன். பின்னந்தலை காயத்துக்கு பிளாஸ்திரி ஒட்டியிருந்தான்.

"குட்மார்னிங் டைரக்டர்! குட்மார்னிங் வான்முகில்!"

"குட்மார்னிங் சமரன்!"

பின்னிருக்கையில் போய் அமர்ந்தான் சமரன். கார் கிளம்பியது. சாலிகிராமத்திற்குள் பிரவேசித்தது.

ஒரு வீட்டின் முன் நிறுத்தினார் இயக்குநர்.

மூவரும் இறங்கினர்.

நான்கைந்து பேர் வெளியே காத்திருந்தனர்.

அந்த அறைக்குள் மூவரும் பிரவேசித்தனர். அந்த அறை முழுக்க சாம்பிராணிப் புகை மணம் வீசியது. ஒரு எழுபது வயது முதியவர் அமர்ந்திருந்தார். பச்சை ஜிப்பாவும் பச்சை லுங்கியும் உடுத்தியிருந்தார். தலைகேசத்துக்கும் திரிதிரியாய் தொங்கும் தாடிக்கும் மருதாணி பூசியிருந்தார். நெற்றியில் தொழுகை அடையாளம். கண்களில் சுருமா ஈஷியிருந்தார். கழுத்தில் பாசிமாலைகள். இடது கையில் தஸ்பீஹ் மணி மாலை. சூஃபிஸத்தில் தினைத்த கண்கள். திருக்குர்ஆனை லட்சம் தடவை ஓதிய வாய்.

"அஸ்ஸலாமு அலைக்கும் இமாம் கஸ்ஸாலி உஸ்தாத்!"

"வஅலைக்கும் ஸலாம் டைரக்டர்ஜி!"

"இந்தப் பையன்தான் என் படத்தில் ஹீரோவா நடிக்கிறான். இந்தப் பெண் ஹீரோயின்!"

"மகிழ்ச்சி!"

"உங்களிடம் ஒரு பிரச்சினைக்காக வந்திருக்கிறோம்..."

"என்ன பிரச்சினை, சொல்லுங்கள்!"

"சமரன்! உங்கள் வாயாலே சொல்லுங்கள்!"

சமரன் கறுப்புப் பூனைக் கனவு பற்றியும் பச்சைப் பூனைப் பாய்ச்சல் பற்றியும் மம்மியின் தரிசனம் பற்றியும் விவரித்தான்.

"யாஅல்லாஹ்!" நெட்டுயிர்த்தார் கஸ்ஸாலி.

"சமரன்! என்னை நேருக்கு நேர் பார்த்து அமருங்கள். உங்களின் வலது கையை நீட்டுங்கள்!"

நீட்டினான். தனது வலது கையை நீட்டி அவனது வலது உள்ளங்கையைத் தடவினார்.

கஸ்ஸாலியின் உடல் தூக்கி தூக்கிப் போட்டது. வைபரேஷன் மோடில் இருக்கும் கைப்பேசி போல் நடுங்கினார்.

"சமரன்! உங்களுக்கு இருக்கும் பிரச்சினை மிகப் பெரியது. பிரச்சினையின் பிரம்மாண்ட நிழல்தான் தெரிகிறது. நிஜம் தெரியவில்லை. நான் உங்களுக்கு ஒரு தாயத்து மூன்று நாட்களுக்குப் பின் தருகிறேன். இடுப்பில் கட்டிக்கொள்ளுங்கள். ஸலாத்துன் நாரியாவை லட்சம் தடவை ஓதினால், உங்களுக்குப் பின் ஒளிந்திருக்கும் மர்மத்தைக் கண்டுபிடித்துவிடுவேன். மர்மம் பிடிபட்டால் உங்களுக்கு நிரந்தரத் தீர்வு தருவேன்!"

"உங்களது தாயத்தில் என்ன எழுதப்பட்டிருக்கும் உஸ்தாத்?"

"ஆயத்துல் குர்ஸீ!"

"தமிழ் அர்த்தம் சொல்ல முடியுமா?"

கறுப்பு பூனைக் கூட்டம்

"தாராளமா... 'அல்லாஹ் - அவனைத் தவிர (வணக்கத்திற்குரிய) நாயகன் வேறு இல்லை - அவன் என்றென்றும் ஜீவித்திருப்பவன் - என்றென்றும் நிலைத்திருப்பவன் - அவனை அறிதுயிலோ உறக்கமோ பீடிக்கா - வானங்களிலுள்ளவையும் பூமியிலுள்ளவையும் அவனுக்கே உரியன - அவன் அனுமதியின்றி அவனிடம் யார் பரிந்துரை செய்ய முடியும் - (படைப்பினங்களுக்கு) முன்னருள்ளவற்றையும் அவற்றுக்குப் பின்னருள்ளவற்றையும் அவன் நன்கறிவான்- அவன் ஞானத்திலிருந்து எதனையும் அவன் நாட்டமின்றி எவரும் அறிந்துகொள்ளமுடியாது-அவனுடையஅரியாசனம்(குர்ஸிய்யு) வானங்களிலும் பூமியிலும் பரந்து நிற்கிறது - அவ்விரண்டையும் காப்பது அவனுக்கு சிரமத்தை உண்டாக்குவதில்லை - அவன் மிக உயர்ந்தவன் - மகிமை மிக்கவன் - (அல்குர்ஆன் 2; 255)' ... இதுதான் பொருள் டைரக்டர்!"

"அர்த்தத்தைக் கேட்டு தெரிந்துகொண்டதில் மிக்க மகிழ்ச்சி உஸ்தாத்!"

"இஸ்லாம் அல்லாதோருக்கும் ஆயத்துல் குர்ஸீயின் பொருளைக் கூறி விளக்குவதில் நானும் பெருமகிழ்ச்சி அடைகிறேன்!"

சமரன் வெறுமையாய் அமர்ந்திருந்தான்.

சமரனின் தலையில் கை வைத்து ஓதி ஊதினார். ஓதின தண்ணீரைக் குடிக்கச் சொன்னார்... குடித்தான்.

ஒரு முட்டையை ஓதிக் கொடுத்தார்.

"இதை உங்கள் படுக்கையின் தலைமாட்டில் வையுங்கள். உடைந்து விடாமல் பார்த்துக்கொள்ளுங்கள்!"

"சரி!"

"நீங்கள் மூவரும் என் அறைக்குள் நுழையும்போதே வெளிவாசலில் கட்டப்பட்டிருக்கும் ஜின்களின் வெள்ளைக் குதிரை அமானுஷ்யமாக சப்தம் எழுப்பியது."

"ஓவ்! ஜின்கள் என்றால் யார் உஸ்தாத்?"

"மனிதர்கள் மண்ணால் படைக்கப்பட்டவர்கள். ஜின்கள் நெருப்பால் படைக்கப்பட்டவர்கள். வானவர்கள் ஒளியால் படைக்கப்பட்டவர்கள். ஜின்களில் நல்லதும் உண்டு கெட்டதும் உண்டு. மந்திர தந்திரங்களில் வல்லமைமிக்க நாலு ஜின்களை என் வசப்படுத்தியுள்ளேன். ஜின்களின் வாகனம் வெள்ளைக் குதிரை!"

"எனக்கொரு மனக்குழப்பம், உஸ்தாத்!"

"என்ன?"

"சமரனை வைத்து இந்தப் படத்தை எடுத்து முடிப்பேனா? படம் வெற்றிகரமாக ஓடுமா?"

"நான் அவ வாக்காய் எதுவும் சொல்வதில்லை. எல்லாம் இறைவன் அருளால் சிறப்பாக நடக்கும்!"

"நீங்க மந்திரவாதியா, அங்கிள்?" வினவினாள் வான்முகில்.

"இல்லையம்மா... நான் கெட்ட விஷயங்களுக்குத் துணைபோவதில்லை. நான் தினமும் ஐந்து வேளை தொழுபவன். விழித்திருக்கும் நேரமெல்லாம் இறைவனின் திருநாமத்தை திக்ர் எடுப்பவன். வருடம் முப்பது நோன்பும் ஆறு நோன்பும் நோற்பவன். திருக்குர்ஆனே எல்லா பிரச்சினைகளுக்கும் தீர்வாகிறது. எல்லா நோய்களுக்கும் மருந்தாகிறது. நான் பணத்துக்காகத் தாயத்துகளை மந்திரித்து கொடுப்பதில்லை. என் இறைவணக்கங்களில் இதுவும் ஒன்று!"

"நீங்கள் ஒரு சூஃபியா?"

"சூஃபியாக முயற்சிப்பவன். நான் சொர்க்கத்தை வேண்டி இறைவணக்கத்தில் ஈடுபடுவதில்லை. நான் இறைவனைக் காதலிக்கிறேன். இறைவன் என் காதலி!"

"அப்படியானால் ட்ரில்லியன் கணக்கான ஆண்களால் காதலிக்கப்படும் பேரழகி இறைவன் - இல்லையா அங்கிள்?"

"பெண்களுக்கு காதலன் அவன்!"

"முஸ்லிம் அல்லாதோருக்கு சொர்க்கம் கிடைக்குமா?"

                கறுப்பு பூனைக் கூட்டம்

"நல்ல உள்ளங்களுக்கு எந்த மதத்தில் இருந்தாலும் சொர்க்கம் கிடைக்கும். யாருக்கு சொர்க்கம் யாருக்கு நரகம் என்பதனை இறைவன் ஒருவனே அறிவான். யாருக்கும் சொர்க்கம் முன்பதிவு செய்யப்படுவதில்லை!"

"இந்து மதத்தைப் பற்றி என்ன நினைக்கிறீர்கள்?"

"பகவத் கீதை, இராமாயணம், மகாபாரதம் படித்திருக்கிறேன். சித்தர்களை, யோகிகளை மதிக்கிறேன். இந்து மதத்தையும் இஸ்லாமையும் ஒப்பிட்டுப் பார்த்து ஒரே இலக்கை அடையும் இரு வழிகள் என நம்புகிறேன்!"

அதே சமயம், ஒரு கன்னங்கறுத்த அண்டங்காக்கை வெளிவாசல் சுவரில் வந்து அமர்ந்தது.

வித்தியாசமான ஒலியினில் கரைந்தது. "கா! கா!"

காட்சியமைப்பில் டன் கணக்கில் திகில் படர்ந்தது!

———◦———

5

ஆதவனை எகிறிக் கவ்வியது
விடியலில்
சந்திரனைத் துள்ளி விழுங்கியது
அந்தியில்
இடையறாது அருந்திக் கொண்ட
மனப்பால் வாசனையை
ஏப்பத்தினூடே
பரப்பியது அவ்வப்போது!

    – நிஷா மன்சூர்

இஷா தொழுகையைத் தொழுதார், இமாம் கஸ்ஸாலி, அவரின் இரு பக்கவாட்டிலும் இரண்டு இரண்டு ஜின்கள் நின்று உடன் தொழுதன.

தொழுது முடித்ததும் கஸ்ஸாலி, "அஸ்ஸலாமு அலைக்கும் ஜின் சகோதரர்களே!"

"வஅலைக்கும் ஸலாம் உஸ்தாத்!" கரகர குரலில் பதில் முகமன் கூறினார்கள்.

"இரவு என்ன சாப்பிடுகிறீர்கள்?"

"வழக்கம் போல எலும்புத் துண்டுகளும் நெருப்புக் கங்குகளும்!"

தனக்கு இடியாப்பமும் பாயாவும் வைத்துக்கொண்டு நான்கு தட்டுகளில் எலும்புத் துண்டுகளும் நெருப்புக் கங்குகளும் வைத்து நீட்டினார்.

"பிஸ்மில்லாஹ்!" எனக் கூறியபடி எலும்புகளைக் கடிக்க ஆரம்பித்தன ஜின்கள். அவை சாப்பிடுவது, குளோனிங்

செய்யப்பட்ட நான்கு ராஜ்கிரன்கள் எலும்புகளை 'கரக்முரக்' என்று கடித்துத் துப்புவது போலிருந்தது.

"திருப்தியாக சாப்பிட்டீர்களா ஜின்களா?"

"பரம திருப்தி!"

"இன்று நம்மிடம் சமரன் என்கிற சினிமாக்காரன் ஒருவன் வந்தானே... ஞாபகம் இருக்கிறதா?"

"ஞாபகம் இருக்கிறது உஸ்தாத்!"

"அவனுடைய பிரச்சினை என்ன என்பதை ஞானக்கண்களால் தேடினேன். பெரிய இரும்புத்திரை வந்து தடுக்கிறதே!"

"எங்களாலும் அவனுடைய பிரச்சினையை முழுமையாகத் தெரிந்துகொள்ள முடியவில்லை. சில தீமைகளை இறைவன் ஆடும்வரை ஆடட்டும் என விட்டு வைக்கிறான். இந்தத் தீமையோ தலைவிரித்து ஆடுகிறது. ஆட்டம் புரிகிறது, ஆட்டத்தின் தன்மை புரிபடவில்லை!"

"சமரனின் பிரச்சினைக்கு நிவாரணம் அளிக்க இறைவன் அனுமதிப்பானா?"

"பொறுத்திருந்து பார்ப்போம்!"

"சமரனுக்கு ஒரு தாயத்தை மந்திரித்துத் தர இருக்கிறேன். அந்தத் தாயத்தை உருவேற்ற சில காரியங்களைச் செய்வோம்!"

"சரி!"

"தொடர்ந்து மூன்று நாட்கள் நோன்பு வைப்போம். மூன்று நாட்களும் ஒரு நொடிவிடாது இறைவனின் நாமத்தை 'திக்ர்' எடுப்போம்!"

"அப்படியே செய்வோம்!"

"தினம் ஐவேளை தொழுகையும் தஹஜத்தும் தொழுவோம். தொழுது திக்ர் எடுக்காத நேரங்களில் திருகுர்ஆன் 33 தடவை ஓதுவோம்!"

"ஓதுவோம்!"

"ஒரு செப்புத் தட்டை எடுத்து அதில் ஜம்ஜம் நீரைத் தெளித்து, ஆணியால் ஆயத்துல் குர்ஸீ எழுதி, தாயத்து வடிவில் சுருட்டி ஒரு குப்பியில் வைப்போம். குப்பியைக் கயிற்றில் கோர்த்து மூன்றாவது நாள் சமரனிடம் தருவோம்!"

"நல்ல யோசனை!"

ஐவரும் நள்ளிரவுத் தொழுகை இருபது ரக்காயத் தொழு ஆரம்பித்தனர். தொழுகையின் முடிவில் துஆ செய்தனர்.

"இறைவனே! இந்த உலகத்தில் நன்மைகள் ஜீவிக்க, தீமைகள் அழிய அருள் புரிவாயாக. (ஆமீன்) சமரனின் பிரச்சினைகளை முழுமையாகப் போக்குவாயாக! நாங்கள் மந்திரித்து தரும் தாயத்து பாதுகாப்பு அரணாக வேலை செய்யட்டும். (ஆமீன்) சைத்தானை மனிதரின் வாழ்க்கையிலிருந்து நிரந்தரமாக விலக்கி வைப்பாயாக. (ஆமீன் ஆமீன்)"

அவர்கள் தொழுதுகொண்டிருந்த அறையின் ஜன்னல் கதவு திறந்துகொண்டது.

ஒரு நீல நாகம் சரசரப்பாய் உள்ளே நுழைந்தது.

வளைந்து நெளிந்து பிரார்த்தனையில் ஈடுபட்டிருக்கும் இமாம் கஸ்ஸாலியின் பின் வந்து நின்றது. படமெடுத்து ஆடியது.

ஒரு ஜின் திரும்பி நீல நாகத்தைப் பார்த்துவிட்டது.

"ஏ ஹராம்ஜாதே!" கூவியபடி நாகத்தின் மீது பாய்ந்தது.

பாம்பின் கழுத்தைக் கோர்த்துப் பிடித்தது.

பிடித்த பாம்பினைத் தனது முகத்துக்கு நேரே நீட்டி முறைத்தது. ஜின்னின் முகம் 2000 டிகிரி வெப்பத்தை வெளியிடும் உலைக் கலனாய் ஜாஜ்வலித்தது.

"யாரைக் கடிக்கப் பார்க்கிறாய்?"

"ஸிஸ்!'

பாம்பு சீறியது. தனது இரட்டை நாக்கைத் துருத்தியது.

"யார் உன்னை ஏவியது?"

பாம்பின் கண்கள் வன்மமாய் மிளிர்ந்தன.

"உன்னை என்ன செய்வது என்பது எனக்குத் தெரியும்!" ஜின் பாம்பின் கழுத்தைக் கடித்துக் குதறியது. தலைப் பகுதி தனியாகவும், உடல் பகுதி தனியாகவும் துண்டிக்கப்பட்டது. உடல் பகுதி தரையில் விழுந்து துடித்தது.

பாம்பின் தலையும் உடலும் புகைந்து கரிய புகையாய் மாறி மறைந்தது.

திருக்குர்ஆனை எடுத்து ஓத ஆரம்பித்தார், இமாம் கஸ்ஸாலி. அவரது அரபு உச்சரிப்பு அலாதியான செவி இன்பம் பெருக்கியது.

நான்கு ஜின்களும் குர்ஆன் ஓதலை வெகுவாக ரசித்தன.

"நபிகள் நாயகம் இதே ஒலியினில்தான் திருக்குர்ஆனை ஓதியிருப்பார்!"

இமாம் கஸ்ஸாலியுடன் சேர்ந்து ஜின்கள் ஓதின.

திருக்குர்ஆன் ஓதி முடித்ததும் செப்புத் தட்டில் ஆயத்துல் குர்ஸீ எழுதி ஜம்ஜம் நீர் தெளித்தார் கஸ்ஸாலி.

சஹர் நேரத்தில் உணவு உண்டு, "இந்த ஓதி தரப்போகும் தாயத்தின் சக்திக்காக நாங்கள் இந்த சிறப்பு நோன்பை நோற்கிறோம். இறைவனே! இதனை ஏற்றுக்கொள்வாயாக!" என நிய்யத்து செய்தார் கஸ்ஸாலி.

மீண்டும் தனக்கு முன் தாயத்தை வைத்து திருக்குர்ஆன் ஓத ஆரம்பித்தார்.

அதிகாலை தொழுகை நேரம் நெருங்கியது.

அந்த மசமசப்பான இருட்டில் மகேந்திரா ஜீப் வந்திறங்கியது.

அதிலிருந்து இருவர் இறங்கினர்.

ஒருவன் ஜீப்பின் பின்னிருக்கையிலிருந்து எதனையோ தூக்கினான்.

அது ட்ரோன்!

ட்ரோனுடன் பத்து கிலோ ஆர்.டி.எக்ஸ். வெடிமருந்து இணைக்கப்பட்டிருந்தது. ட்ரோனில் ஒரு கேமிராவும் இருந்தது. ஜி.பி.எஸ். பொருத்தப்பட்டிருந்தது.

"நண்பா! நமது செயல்திட்டம் என்ன?"

"நாம் பாகிஸ்தானின் எல்லை மீறிய பயங்கரவாதிகள். நம் சகோதரர்கள் இருபது பேரை காஷ்மீர் எல்லைப் பகுதியில் தீர்த்துக்கட்டிய லெப்டினென்ட்டின் வீடு அருகில்தான் உள்ளது. குறுகியகால விடுமுறையில் லெப்டினென்ட் சென்னை வீட்டுக்கு வந்திருக்கிறார். அவரும் அவரது குடும்பத்தார் மூவரும் ஒரே வீட்டில்தான் தங்கியுள்ளனர். நாம் இந்த ட்ரோனை இயக்கி அவர் வீட்டின் மீது மோதவைத்து வெடிக்க வைக்கப்போகிறோம். வீடு தரைமட்டமாகும். லெப்டினென்ட் குடும்பத்துடன் காற்றில் சமாதி ஆவார்!"

"சபாஷ்!"

"இப்போதே நம் திட்டத்தை நடைமுறைப்படுத்த ஆரம்பிப்போம்!"

முதலாமவன் ட்ரோனை சோதிக்க ஆரம்பித்தான். ட்ரோனில் இருந்த ஆர்.டி.எக்ஸ். மருந்தை, கேமிராவை, ஜி.பி.எஸ்.ஸை ஆராய்ந்தான்.

ட்ரோனைத் தன்னிடமிருந்து பத்தடி தூரத்தில் வைத்தான்.

ரிமோட்டை ஆன் செய்தான்.

ட்ரோன் விசித்திர சப்தம் எழுப்பியபடி தரையிலிருந்து மேலெழும்பியது.

"நண்பா! ட்ரோன் பத்து கிலோ ஆர்.டி.எக்ஸ். எடையைத் தாங்குமா?"

"நிச்சயம் தாங்கும். இருபது கிலோ எடை வரை தாங்கும்படி வடிவமைக்கப்பட்டுள்ளது ட்ரோன். இது சைனீஸ் மேக்!"

"சைனீஸ் மேக் என்பதால்தான் சந்தேகப்படுகிறேன்!"

   கறுப்பு பூனைக் கூட்டம்

"சீனர்கள் நல்ல விஷயங்களை ஏப்பை சாப்பையாகவும், கெட்ட விஷயங்களை அசாத்திய வலிமையோடும் உருவாக்குவார்கள். சீனர்கள் இந்தியாவை நேரடியாகத் தாக்குவதைவிட பாகிஸ்தான் மூலமாக மறைமுகமாகத் தாக்குவதையே விரும்புகிறார்கள்..."

"உண்மை!"

"தாக்குதல் துல்லியமாக இருக்குமா?"

"கனகச்சிதமாய் தாக்குதல் இருக்கும்!"

"தாக்குதல் நடத்திவிட்டு தனியார் ஹெலிகாப்டர் மூலம் லடாக் பக்கம் பறந்து போய்விடுவோம்!"

"சரி!"

முதலாமவன் தனது கைக்கடிகாரத்தை உன்னித்தான். "நம் தாக்குதலை ஆரம்பிக்க இன்னும் முப்பது நொடிகளே இருக்கின்றன!"

30... 29... 20... 15... 10... 05... 04... 03... 02... 01... 00

இரண்டாமவன் கண்களில் விசேஷக் கண்ணாடி அணிந்துகொண்டான்.

உருது கோஷத்தை எழுப்பினர்.

"காஷ்மீர் எங்களுக்கே!"

"எல்லை மீறிய பயங்கரவாதத்தைத் தொடர்ந்து உருவாக்குவோம்!"

"எங்களை அழிக்கும் இந்திய ராணுவத்தை வேட்டையாடுவோம்!"

"காஷ்மீரை ஒருபோதும் தனிநாடாகப் பிரிய அனுமதிக்க மாட்டோம்!"

ட்ரோன் பறந்தது. ரிமோட்டை இயக்க ஆரம்பித்தான்.

இமாம் கஸ்ஸாலி வீடும் லெப்டினென்ட் வீடும் அடுத்தடுத்து இருந்தன.

அதிகாலைத் தொழுகையில் ஈடுபட்டிருந்தார் கஸ்ஸாலி. ட்ரோன் இரு வீடுகளுக்கு இடையே பறந்தது.

ரிமோட்டை இயக்குபவனின் மூளையில் ஒட்டை படர்ந்தது. மாற்றி அமுக்கினான்.

ட்ரோன் திசைமாறியது

மெதுவாக கஸ்ஸாலியின் வீட்டுக்குள் பிரவேசித்தது.

தொழும் கஸ்ஸாலியின் பின் போய் தரையில் அமர்ந்தது.

"கிளிக்!'

வெடிமருந்தை இயக்க டைமரை ஆன் செய்தான்.

சிவப்பு நிற எலக்ட்ரானிக் எண்கள் கீழிறங்கின.

'பப்பளாங்!'

பிரளய வெடிப்பு பூத்தது. இமாம் கஸ்ஸாலி ஒரு கிராம் மாமிசத்துண்டாய் அரை கிராம் ரத்தத் துளியாய் லட்சம் திசை அமைத்து சிதறினார். ஜின்கள் வெள்ளைக் குதிரைகளில் அதறபதற ஓடின.

இரு பனைமர உயர ஆரஞ்சு ஜூவாலை வான் எழுந்தது.

"யா அல்லாஹ்!" என ஆலாபித்தவாறே கஸ்ஸாலியின் ஆன்மா முந்நூறு ஒளி நூற்றாண்டுகளுக்கு அப்பால் இருக்கும் இறைவனின் இருப்பிடம் நோக்கி பறக்க ஆரம்பித்தது.

ட்ரோனைத் திசை திருப்பி வெடிக்க வைத்த கறுப்பு உருவம் பகபகவென சிரித்தது. "ஏ முஸ்லிம் மதகுருமாரே! நீ தாயத்து மந்திரித்து சமரனுக்குக் கொடுக்க நான் விடுவேனோ? அதனால்தான் உன்னைச் சிதறடித்தேன்!"

━━━◦○◦━━━

   கறுப்பு பூனைக் கூட்டம்

6

நிசப்தமான இரவு
தன் இரு கண்களையும் பிடுங்கி
உருட்டி விளையாடும் பூனைக்கு
அங்குமிங்கும் ஒளிர்ந்து
உருள்கிறது
யாராவது வெளிச்சத்தைப் பரப்பி
அதன் முகத்தில் இருளைப்
பூசிவிடாதீர்கள்.
          – வலங்கைமான் நூர்தீன்

பிரளய வெடிப்பு சப்தம் பூத்ததும் சூரியனித்தான் முதலாமவன்,
"லெப்டினென்ட் குடும்பத்துடன் தூள்தூளாய் சிதறினானா?"

இரண்டாமவன் உதடு பிதுக்கினான். "ரிமோட்டால் நமக்குத்
தேவையில்லாத நபர் கொத்துக்கறியாய் சிதறிவிட்டான்!"

"இது எப்படி நடந்தது?"

"நான் மிகவும் துல்லியமாக செயல்பட்டேன், என் கைமீறி
காரியம் நடந்துவிட்டது!"

"என்னை நம்பச் சொல்கிறாயா?"

"வேறு வழி?"

"நான் நம்பினாலும் நம் தலைமை நம்பாது!"

"அதற்கு நான் என்ன செய்ய?"

"வேறு எதாவது ட்ரோன் வைத்திருக்கிறாயா?"

"இருந்தால் மீண்டும் முயல்கிறேன்!"

"வாய்ப்பில்லை!"

"அப்படி என்றால் நேரடியாக ஜீப்புடன் வீட்டுக்குள் பாய்ந்து லெப்டினென்டை சுட்டுக் கொல்வோம்!"

"நம் திட்டத்தில் இல்லாததைப் பேசுகிறாய்!"

"நீ வேண்டுமோனால் ஜீப்பில் புறப்படு, நான் தனியே போய் லெப்டினென்டை சுட்டுக் கொல்கிறேன்!"

"இனி நாம் இங்கு ஒரு நிமிஷம் இருக்கக் கூடாது... கிளம்பு..."

"எனக்கு அவமானமாயும் அழுகையாயும் இருக்கிறது!"

"பேச்சில் ஒன்றும் குறைச்சலில்லை, கிளம்பு கிளம்பு..."

இருவரும் ஜீப்பில் ஏறினர். முதலாமவன் ஜீப்பை ஓட்ட ஆரம்பித்தான். வயர்லெஸ் உயிர்த்தது, இரண்டாமவன் எடுத்தான்.

"ஆபரேஷன் ஷைத்தான் ஓவர்!"

"குயிலின் கழுத்து திருகப்பட்டதா? (லெப்டினென்ட் கொல்லப்பட்டாரா?) ஓவர்!"

"குயிலுக்குப் பதில் மயில் மாட்டிக்கொண்டது. (குறி தப்பிவிட்டது) ஓவர்!"

"ஜீஸஸ் கிரைஸ்ட் (மன்னிக்க வேண்டுகிறேன்!) ஓவர்!"

வயர்லெஸ் தொடர்பு அறுந்தது.

"நம் தலைமைக்கு நம் சொதப்பல் தெரிந்துவிட்டது, என்ன முடிவெடுப்பார்களோ?"

"என்ன முடிவெடுத்தாலும் சரி!"

"இங்கிருந்து பத்தாவது கிலோமீட்டரில் நமக்காக ஒரு ஹெலிகாப்டர் காத்திருக்கிறது. நாம் போய் அதில் ஏறிக்கொள்ள வேண்டும்! ஹெலிகாப்டர் இந்திய எல்லைக்குப் பறக்கும். நள்ளிரவில் எல்லை தாண்ட வேண்டியதுதான்!" பேசும்போதே வானில் ஒரு கழுகு தோன்றியது.

                    கறுப்பு பூனைக் கூட்டம்

அது ஜீப் ஓட்டுபவனின் கண்களைக் கொத்த ஆரம்பித்தது. முதல் கொத்தலில் கண்ணின் கருவிழி ரத்தக் குழம்புடன் பிய்த்தெறியப்பட்டது. இரண்டாவது கொத்தலில் இரண்டாவது கண் பிய்த்தெறியப்பட்டது. இரு கண்களையும் இழந்த முதலாமவன் தாறுமாறாய் ஜீப்பை ஓட்டினான். இரண்டாமவன் கைத்துப்பாக்கி எடுத்து கழுகை சுட யத்தனித்தான். கழுகு அவனின் நடுமண்டையைக் கொத்தி துளைத்தது. ரத்தம் பீறிட்டது, குழகுழப்பாய் மூளை பிதுங்கியது. ஜீப் காத்திருந்த ஹெலிகாப்டரின் மீது தறிகெட்டு மோதியது. மெஹா வெடிப்பு நானோநொடியில் பிக்பாங்கியது. ஹெலிகாப்டரும் ஜீப்பும் பத்து தீபாவளி வெளிச்சத்தை வானில் துப்பின.

* * * *

பத்துக்கும் மேற்பட்ட காவல்துறை வாகனங்கள் தரை தேய்த்து நின்றன. முதல் வாகனத்திலிருந்து அஸிஸ்டென்ட் கமிஷனர் தேவா மிடுக்காய் இறங்கினார். நடிகர் பிரபு சாயல்.

தேவாவுக்குளதிரேஇருந்தவீடுஇடிந்துதரைமட்டமாகியிருந்தது. பக்கத்து வீடுகளும் சிறிய அளவில் சேதாரமடைந்திருந்தன. வீடு இருந்த இடத்தில் மெஹா பள்ளம்.

மெஹா பள்ளம் இருபத்தியைந்து அடி ஆழத்துடன் கூடிய அரைவட்டக் குழிவாய் காணப்பட்டது. அந்தப் பிராந்தியம் முழுக்க ரசாயன நெடி பரவி நாசியைத் தாக்கியது. புழுதிப் புயல் சுழன்றடித்துக் கொண்டிருந்தது. தடய அறிவியல் நிபுணர்களும் வெடிகுண்டு நிபுணர்களும் தடயங்களைத் தேடிக்கொண்டிருந்தனர்.

தெருமக்கள் கலவர முகத்துடன் கூடியிருந்தனர். "சார்! என்ன சார் இதெல்லாம்? யார் சார் இதைப் பண்ணியது? இனி நிம்மதியா நாங்க இங்க குடியிருக்க முடியுமா சார்? வெடிகுண்டு வச்சவனைப் பிடிச்சு தூக்கில போடுங்க சார்!"

"இப்பத்தானே வந்திருக்கேன், நிச்சயமாகக் குற்றவாளியைப் பிடிப்போம். பயப்படாதீர்கள், அவரவர் வீடுகளுக்குக் கலைந்து செல்லுங்கள் ப்ளீஸ்!"

அவநம்பிக்கையுடன் கலைந்து சென்றனர். பகுதி இடிந்திருந்த வீட்டிலிருந்து லெப்டினென்ட் சதுர்வேதி வெளிப்பட்டார்.

"குட் மார்னிங் சார்!"

"குட் மார்னிங் லெப்டினென்ட்... ஆர்யூ பீலிங் சேப்?"

"காஷ்மீரில் பணிபுரியும்போது தினம் தினம் வெடிகுண்டு தாக்குதல்களைச் சந்தித்திருக்கிறேன். இது எனக்குப் புதிதல்ல..."

"லெப்டினென்ட்... உங்களுக்கு போலீஸ் பாதுகாப்பு கொடுத்துள்ளோம். இங்கு இருப்பது உங்களுக்குப் பாதுகாப்பாய் இல்லை எனத் தோன்றினால் வேறு தங்குமிடம் ஏற்பாடு செய்து தருகிறேன்!"

"இட்ஸ் ஆல் ரைட்... உங்களுக்கு ஒரு விஷயம் தெரியுமா?"

"என்ன?"

"பயங்கரவாதிகள் எனக்கு வைத்த குறி. அப்பாவி முஸ்லிம் மதகுருமார் பலியாகி இருக்கிறார்!"

"அவர் இங்கே தனியாகவா இருந்தார்?"

"அவரது சொந்த ஊர் காயல்பட்டினம். அவரது பெயர் இமாம் கஸ்ஸாலி. அவர் என்னை நேற்று பார்த்து சலாம் கூறினார். தீவிரவாதத்தையும் பயங்கரவாதத்தையும் வன்மையாக எதிர்த்தவர். காஷ்மீரை எக்காரணத்தைக் கொண்டும் விட்டுத்தரக் கூடாது என என்னிடம் கூறினார். இஸ்லாமின் நற்பெயரைக் கெடுக்கும் வண்ணம் தீவிரவாதிகள் நடந்துகொள்கிறார்கள் என வருத்தப்பட்டார். எனக்குக்கூட ஓதி ஒரு தாயத்து தருவதாகக் கூறியிருந்தார்!"

தடய அறிவியல் நிபுணரின் கண்களில் ஒரு கரிந்த தஸ்பீஹ் மணிமாலையும், ரத்த பூசிய ஒரு மோதிரவிரலும் தென்பட்டன.

ஆங்காங்கே ரத்தம் பூசிய சதைத் துணுக்குகள் காணக்கிடைத்தன. அனைத்தையும் சேகரித்தார்.

வெடிமருந்து நிபுணர் தரையில் ஈஷிக்கிடந்த ரசாயனங்களைச் சுரண்டி எடுத்தார். சிறிது எடுத்து முகர்ந்து பார்த்தார். "ஆர்.

டி. எக்ஸ். வெடிபொருள் குறைந்தபட்சம் ஐந்து கிலோவிலிருந்து பத்து கிலோ வரை இந்தத் தாக்குதலுக்குப் பயன்படுத்தி இருப்பார்கள்!"

சிதைந்த ட்ரோனைக் கண்டெடுத்தார். அதனை நுணுக்கமாக ஆராய்ந்தார். "சைனீஸ் மேக்!"

மீடியாக்காரர்கள் வந்து சேர்ந்தனர். கிளிக்! கிளிக்! கிளிக்!

போன்ஸாய் மின்னல்கள் புளிச்புளிச்சென்று துப்பப்பட்டன.

"யாரிடமாவது இறந்துபோன இமாம் கஸ்ஸாலியின் புகைப்படம் இருக்கிறதா?"

சதுர்வேதி முன்வந்தார்.

"நேற்று கஸ்ஸாலி எங்களுடன் புகைப்படம் எடுத்துக்கொண்டார்!" கைப்பேசியின் காலரியிலிருந்து காட்டினார்.

சிறிதுநேரம் வெறித்து பார்த்துவிட்டு நெட்டுயிர்த்தார் தேவா. "தெய்வீக ஒளி வீசும் முகம்... மெய்யான ஆன்மிகத்தில் ஈடுபடுபவர்களை முகத்தை வைத்தே கண்டுபிடித்துவிடலாம்..."

"கஸ்ஸாலியுடன் வேறு யார் இருந்தார்கள்?"

"இரு உதவியாளர்கள் இருந்தார்கள், அவர்களும் இந்த ட்ரோன் வெடிப்பில் இறந்திருக்கக்கூடும்..."

"ட்ரோன் தாக்குதல் என்பது உங்களுக்கு எப்படித் தெரியும்?"

"ஒரு யூகம்தான்... ட்ரோன் தாக்குதல்கள் காஷ்மீரில் சகஜம், மிஸ்டர் ஏ. ஸி.!"

ஒரு துணை அதிகாரி ஓடிவந்து சல்யூட் அடித்தார்.

"என்ன?"

"சார்! ஒரு முக்கியமான விஷயம்!"

"சொல்!"

"இங்கிருந்து பதினைந்தாவது கிலோமீட்டரில் ஒரு ஹெலிகாப்டரும் ஒரு ஜீப்பும் மோதி வெடித்து சிதறியுள்ளன. நான்கு கரிந்த எலும்புக்கூடுகளைக் கண்டெடுத்தோம்!"

"ஓவ்!"

"கரிந்து கிடந்த ஜீப்பில் அரைகுறையாய் எரிந்த ட்ரோனின் ரிமோட் காணக்கிடைத்தது!"

"ஜீப்பில் வந்த ஒருவரோ இருவரோ ட்ரோனை இயக்கி லெப்டினென்டைக் கொல்ல முயன்றிருக்கின்றனர். குறி தப்பியிருக்கிறது. திரும்பி அவர்கள் ஹெலிகாப்டருக்கு செல்லும்போது இப்படி ஆகியிருக்கிறது! வெடிப்பு எதிர்பாராததா, திட்டமிட்டதா எனத் தெரியவில்லை!"

"எதிர்பாராததுதான்... அங்கும் நம் விசாரணை அதிகாரிகள் சென்றிருக்கிறார்களா?"

"ஆமாம்... நான் அங்கிருந்துதான் வருகிறேன். கரிந்த உடல்களை போஸ்ட்மார்ட்டத்துக்கு அனுப்பிவிட்டோம். பாரன்ஸிக் பீப்பிளும் பாம் ஸ்குவாடும் அங்கு சம்பவ இடத்தைத் துழாவி வருகிறார்கள்!"

"ஏ.ஸி. சார்! உங்களுக்கு ஒரு கூடுதல் தகவல்!" சதுர்வேதி குறுக்கிட்டார்.

"என்ன?"

"நேற்று இமாம் கஸ்ஸாலியைச் சந்திக்க மூன்று நபர்கள் வந்தார்கள். அவர்கள் சினிமா மக்கள் என என் மகள் கூறினாள்!"

"ஓஹோ!"

"வந்திருந்தவர்களில் இருவர் ஆண்கள், ஒருவர் பெண்!"

"அவர்களுக்கும் இந்த வெடிப்புக்கும் சம்பந்தம் இருப்பதாக நீங்கள் நினைக்கிறீர்களா, லெப்டினென்ட்?"

"மே பி ஆர், மே நாட் பி... நீங்கள்தான் விசாரிக்க வேண்டும்!"

"எப்போதுமே தீவிரவாதிகள் ஒரு காரியத்தைச் செய்யும் முன் ஒத்திகை பார்ப்பார்கள். அதனை ஆங்கிலத்தில் 'டிரை ரன்'

என்பர். ஒத்திகை பார்ப்பது என்றால், அவர்கள் உங்கள் வீட்டுக்கு வந்து போயிருக்க வேண்டும். இமாம் கஸ்ஸாலி என்ன பணி செய்து வந்தார்?"

"ப்ளாக் மேஜிக்! மந்திரித்து தாயத்து தருவார்!"

தடய அறிவியல் நிபுணர் ஒரு தாயத்தைக் கொண்டுவந்து காட்டினார். தாயத்து ரத்தம் பூசியிருந்தது.

"இதனை வாங்கத்தான் சினிமா மக்கள் வந்திருக்கக்கூடும். தாயத்துகள் உண்மையில் மாந்திரிக சக்தி உள்ளவையா?"

தேவா பார்க்காத நொடியில் தாயத்து பச்சை நிறத்தில் மின்னியது. தடய அறிவியல் நிபுணர் அதனை ஒரு கவரில் இட்டு ஒரு பேக்கில் பத்திரப்படுத்தினார்.

"லெப்டினென்ட்... நீங்க எப்ப காஷ்மீர் திரும்புகிறீர்கள்?"

"இன்னும் இரண்டு நாட்களில்!"

"போனவுடன் ஒரு காரியம் பண்ணுங்கள்."

"என்ன?"

"ஒரு நான்கு பாகிஸ்தான் பயங்கரவாதிகளையாவது கொன்று பழி தீருங்கள்!"

"கட்டாயம்!"

இருவரும் பேசிக்கொண்டிருக்கும்போதே ஒரு கைகால் முளைத்த இருட்டு நடந்து வந்தது. ஓவ்? அது ஒரு கறுப்புப் பூனை!

அது திருட்டுப் பாதம் வைத்து தடய அறிவியல் நிபுணரின் கிட்.பேக்கிற்குப் போனது. வாயால் துழாவி உள்ளே ஆராய்ந்தது.

இரண்டு நிமிடக் கரைசலில் தாயத்து கொண்ட கவரைக் கவ்வியது. அங்குமிங்கும் பார்த்தது. பின் லாகவமாக நடந்து சென்று காற்றில் கரைந்து மறைந்தது, கறுப்புப் பூனை!

⊰⊱

7

கைப்பேசி சிணுங்கியது.

டிஸ்பிளேயில் பார்த்தான் சமரன். எதிர்முனையில் வான்முகில்.

'இப்போது இவளுடன் பேசத் தேவையா?'

எடுக்கவில்லை.

தொடர்ந்து சிணுங்கியது.

ஐந்தாவது சிணுங்கலில் கைப்பேசியை எடுத்துக் காதில் இணைத்தான் சமரன்.

"குட்மார்னிங் சமரா!"

"இம்!"

"என்ன சுரத்தில்லாமல் இருக்கிறது உன் குரல். ஒரு பேட் நியூஸ். உனக்கு சொல்லலாமா வேண்டாமா என யோசிக்கிறேன்!"

"பரவாயில்லை, சொல்!"

"மனதைத் திடப்படுத்திக்கொள்!"

"பீடிகை போடாதே!"

"உனக்குத் தாயத்து ஓதிக் கொடுக்க இருந்த இமாம் கஸ்ஸாலி வன்கொலை செய்யப்பட்டுள்ளார்!"

"எப்படி?"

"யாருக்கோ குறி வைத்த ட்ரோன் தாக்குதல் அவரைத் தாக்கிச் சிதறடித்துவிட்டது!"

"மை காட்! எனக்கு தாயத்து ஓதிக் கொடுத்த பிறகாவது அவர் கொல்லப்பட்டிருக்கலாம்!"

"ஒருவேளை தாயத்தை உனக்கு ஓதிக்கொடுப்பதைத் தடுக்க இந்தக் கொலை நடந்ததோ?"

"இதென்ன புதுக்குண்டைத் தூக்கிப் போடுகிறாய்?"

"இப்படி ஒரு கோணத்தில் அவர் மரணத்தைப் பார்க்க வேண்டியிருக்கிறது!"

"எனக்கு பூனை அமானுஷ்யங்களிலிருந்து விடுதலை கிடையாதா?"

"இது தற்காலிகப் பிரச்சினை. நிச்சயம் இந்தப் பிரச்சினையிலிருந்து விடுபடுவாய்."

"ஒரு மணி நேரத்துக்கு முன் நான் டாம் அண்ட் ஜெர்ரி கார்ட்டூன் பார்த்தேன். அதில் வரும் ஜெர்ரி நான்தான். டாம்தான் முகமூடி போட்டுக் கொண்டு வேட்டையாடுகிறது. டாம் யார்? என்ன காரணத்துக்காக டாம் என்னை வேட்டையாட அலைகிறது?"

"உன்னை ஜெர்ரியாக கற்பனை செய்து பார்க்க மனம் மறுக்கிறது சமரன்!"

"எலிகளைப் பற்றி உனக்கென்ன தெரியும்?"

"மூஷ்மூஷ் என்று அலையும் மூஞ்சூறுகளைப் பார்த்திருக்கிறேன். வீடுகளில் சுண்டெலிகள் உலவுவதையும், சாக்கடைகளில் பெருச்சாளிகள் பதுங்குவதையும் கண்டிருக்கிறேன்!"

"எலிகளை உனக்குப் பிடிக்குமா?"

"எலிகளை எனக்கு அறவே பிடிக்காது. எலிகள் இருக்கும் வீட்டில் குடியிருக்க மாட்டேன்!"

"எலிகளைப் பிடிக்காது என்கிறாய். ஓர் எலியை உன்னால் காதலிக்க முடியுமா?"

"என்ன உளற்ற?"

"சில நாட்களாக எனக்குள் மாறுபட்ட உணர்வுகள் கிளைக்கின்றன. மெதுமெதுவாக நான் ஓர் எலியாக மாறிக்கொண்டிருக்கிறேனோ என சம்சயப்படுகிறேன்!"

விழுந்து விழுந்து சிரித்தாள் வான்முகில்.

"என்ன சிரிக்கிற?"

"உன்னைப் போல அழகான எலியை நான் இதுவரை கண்டதில்லை!"

"நான் முழுமையாக எலியாக மாறிய பிறகு என்னை அவலட்சணமாய் உணர்வாய்!"

"நீ பழைய சமரன் இல்லை. அபத்தமாகப் பேசுகிறாய்!"

"நான் ஓர் எலியாக மாறி வருவதற்கான ஆதாரங்களைக் கூறவா?"

"நீ எலியாக மாறுவதால்தான் உனக்குப் பூனைக் கனவு வந்தது என்கிறாயா?"

"இருக்கலாம்!"

"வேற?"

"பகல் பொழுதில் சோம்பேறியாக இருக்கிறேன். இரவு நேரங்களில் படுசுறுசுறுப்பாய் இயங்குகிறேன். தண்ணீர் கண்ட இடம் சொர்க்கம் என உணர்கிறேன். நீச்சலில் கெட்டிக்காரனாக மாறி இருக்கிறேன். எங்கு தூண்கள் கிடைத்தாலும் பரபரவென ஏற முயல்கிறேன். ஞாபகசக்தி பத்து மடங்காய்ப் பெருகி இருக்கிறது. கண்பார்வை குறைந்திருக்கிறது!"

"இதெல்லாம் உன் மனப்பிரமை. நீ சொல்லும் குணாதிசயங்களுக்கும் எலிகளுக்கும் என்ன சம்பந்தம்?"

        கறுப்பு பூனைக் கூட்டம்

"நான் சொல்வதெல்லாம் எலிகளின் கல்யாணக் குணங்கள். கண்ணாடி முன் நின்று பார்த்தேன். சாட்சாத் எலியாராக மாறியிருக்கிறேன்!"

"ரிடிகுலஸ்!"

"இன்னும் சொல்கிறேன் கேள்... எனது பற்கள் கூர்மையாகி இருக்கின்றன. மாமிசத்தைப் பச்சையாகச் சாப்பிட அபிலாஷிக்கிறேன். எனக்கு வால் முளைக்கப் போவதாக தோன்றுகிறது..."

"உனக்கு வால்? நினைத்தாலே சிரிப்பு பொங்கி வழிகிறது."

"எலிகளின் ஆயுள் நான்கு வருடம்தான் என்பார்கள். இன்னும் நாலு வருடம்தான் உயிரோடு இருப்பேன்!"

"உன்னுடைய இருபத்தைந்தாவது வயது எலி வயதில் சேராதா?"

"எதிர்க் கேள்விகள் கேட்காதே. எலிகளில் கறுப்பு எலி, பழுப்பு எலி என இருவகை உண்டு. நான் பழுப்பு எலி!"

"நீ செக்கச்சிவந்த ரோஜா எலிடா..."

"படுக்கையறைக்குள் ஆங்காங்கே குழி தோண்ட ஆர்வம் முளைக்கிறது."

"அப்பறம்?"

"கூன் விழுந்தது போல் நடக்கிறேன். எதனையும் வெறித்துப் பார்க்கிறேன். தலையை எல்லாக் கோணங்களிலும் சுழற்றுகிறேன். மூச்சு அடிக்கடி இளைக்கிறது. தினம் இருபதுக்கும் மேற்பட்ட தடவைகள் தும்முகிறேன்..."

"அப்டின்னா நீ ஒரு வியாதி பிடிச்ச எலி போல..."

"கிண்டல் பண்ணாதே. எனது தொண்டைப் பெட்டி மாறியிருக்கிறது. வினோதமான ஓசைகளை எழுப்புகிறேன். யாருடனாவது சண்டை போட வேண்டுமென்று என் புஜங்கள் துடிக்கின்றன. உணவுகளை மெல்லுகிறேன், கொறிக்கிறேன்!"

"பட்டாணி தருகிறேன், கொறிக்கிறாயா?"

சிரித்தான் சமரன். "பரவாயில்லையே... நீயும் என் அலைவரிசைக்கு வந்து பேசுகிறாய்..."

"போடா நீ வேற... என் எதிர்காலத்தை நினைச்சு எனக்கு பயமாயிருக்கு. நீயும் நானும் எப்படி எப்படியெல்லாம் வாழ கனவு கண்டிருப்பாய். அத்தனையும் விழலுக்கு இறைத்த நீராகிவிட்டதே என வேதனைப்படுகிறேன்!"

"நீயும் ஓர் எலியாக மாறிவிட்டால் பிரச்சினை இல்லை!"

"என் சைஸ்க்கு நான் ஒரு சுண்டெலியாகத்தான் இருக்கமுடியும்!"

"இரேன்!"

"தாங்கலடா..."

"இன்னும் சொல்கிறேன் கேள்... எனக்கு எதையும் பார்ப்பதைவிட முகர்ந்து பார்க்கவும் தடவிப் பார்க்கவும்தான் பிடிக்கிறது. நக்குதல் எனக்கு உகந்த விஷயம். தண்ணீர் ஊற்றிக் குளிப்பதைவிட, என்னை நக்கி உமிழ்நீர் தடவி சுத்தம் செய்யப் பிடிக்கிறது!"

"உனது பட்டியல் முடிந்ததா?"

"இன்னும் பாக்கி இருக்கிறது!"

"நான் இன்னொரு நாள் பேசுகிறேன்..."

"இன்னொரு நாள் என்றால்?"

"உனது எலி இல்யூஸன் முடிந்த பிறகு பேசுகிறேன்!"

"நான் சொல்வதெல்லாம் நிஜம்!"

"ஹிப்பகிரடிக் சமரன்!"

"நீ என்னைக் காதலிப்பது உண்மை என்றால் நான் சொல்வதை எல்லாம் நீ கேட்டாக வேண்டும்!"

"வேறென்ன கூறப்போகிறாய்?"

"கண்களை உருட்டுகிறேன். பற்களை பெரும் ஓசையுடன் நறநறவெனக் கடிக்கிறேன். மொராார்ஜி தேசாய் போல என்

சிறுநீரை பிடித்துக் குடிக்கிறேன். எந்த இடத்திலும் முகத்தைத் தேய்த்து என் வாசனையைப் பதிவுசெய்கிறேன். மூச்சை முரட்டுத்தனமானவும் வேகவேகமாகவும் விடுகிறேன்!"

"மொத்தத்தில் நீ ஓர் எலியாகிவிட்டதாக உணர்கிறாய்!"

"ஆமாம்!"

"பூனைக் கனவு கண்டதிலிருந்து உனக்கு இந்த உணர்வு தொடர்கிறது!"

"ஆமாம்!"

"எலிகளின் செக்சுவல் பிஹேவியர் உன்னைத் தொற்றவில்லையா?"

"அப்படி எந்த பிஹேவியரும் என்னிடம் இல்லை!"

"இதனைப் பற்றி உன் அம்மாவிடம் பேசினாயா?"

"இல்லை. சொன்னால் மிகவும் வேதனைப்படுவாள். அவளின் ஒரே நம்பிக்கை நான்தான். அந்த நம்பிக்கையைச் சீர்குலைக்க நான் விரும்பவில்லை!"

"இதனைப் பற்றி நம்மை வைத்து படமெடுக்கும் டைரக்டரிடம் கூறினாயா?"

"இல்லை!"

"கூறாதே!"

"ஏன்?"

"கேட்ட நிமிடம் நம் புராஜக்ட்டை ட்ராப் செய்துவிடுவார்! ஜாக்கிரதை. மீண்டும் ஒரு டைரக்டர் நம் வாழ்வில் வராமலேயே போய் விடக்கூடும்!"

"சொல்லவில்லை!"

"சமரன்! நான் ஒரு விஷயம் சொல்லப்போகிறேன். மனதை ஊன்றிக் கவனி. மனிதர்களில் எண்பது சதவிகிதப் பேருக்கு ஏதாவது ஒரு மனநோய் சிறிய அளவிலோ பெரிய அளவிலோ பீடித்திருக்கும்!"

"சரி!"

"அப்நார்மல் ஸைக்காலஜியில் மூன்று விதமான படித்தரங்கள் உண்டு. போபியா, மேனியா, ஸிண்ட்ரோம் எனச் சொல்லலாம்..."

"எனக்கு மூன்றுமே வந்திருப்பதாகக் கூறுகிறாயா?"

"எலிகளின் மீது உனக்கு மேனியாவும் பூனைகளின் மீது உனக்கு போபியாவும் வந்திருக்கும் என நம்புகிறேன்!"

"எனக்கு எவ்வித மனநோயும் இல்லை. நான் எலிதான்!"

சிர்ப் சிர்ப் எனச் சப்தம் எழுப்பினான்.

"என்னை வீடியோ காலில் பார் வான்முகில்!"

வீடியோ காலை உயிர்ப்பித்தான். தலைகேசத்தை தூக்கி சீவியிருந்தான் சமரன். மூக்கு நுனி சிவந்திருந்தது. கண்கள் துருத்தின.

"என்னைப் பார். என் முகத்தை ஆழமாகப் பார். (வாயைத் திறந்து காட்டி) என் பற்களைப் பார்... பார்த்தாயா?"

"பார்த்தேன்!"

"இப்ப சொல்லு... நான் ஓர் எலியா இல்லையா?"

ஊன்றிப் பார்த்தாள்.

சமரனின் முகம் மார்பிங் ஆகி ஓர் எலியின் முகம் தெரிந்தது.

திகிலாய் ஆச்சரியத்தால். "சமரா! சந்தேகமே இல்லை... நீ ஓர் எலிதான்டா..."

வான்முகிலுக்கு எதிரே கல் உப்பு ஒரு சிறுகுன்று குவிந்து ஒரு செய்தியை சங்கேதமாகக் கூறியது.

அந்தச் செய்தியில் ரத்தவீச்சம் பேய்த்தனமாய் அடித்தது!

❧

   கறுப்பு பூனைக் கூட்டம்

8

பூமியில் அன்பாய்
தான்
இருக்க விரும்பும்
இடங்களில்
பூனைகளாய்
வால் குழைக்கிறார்
கடவுள்
    – நேசமிகு ராஜகுமாரன்

வான்முகில் ஓட்டிவந்த ஸ்கூட்டியை போர்ட்டிகோவில் நிறுத்தினாள். அவளது முகத்தில் பெரும்கவலை படர்ந்திருந்தது.

சமரனின் வினோதமான பேச்சுகளால் கலவரமுற்றிருந்தாள். 'கறுப்புப் பூனை கனவில் வந்து கவ்வியது என்கிறான். கட்டட உச்சியிலிருந்து ஆழத்தரைக்கு தள்ளிவிட்டது என்கிறான். ஆஸ்பத்திரியில் ஒரு மம்மி வந்து மிரட்டியதாகக் கூறுகிறான். மம்மி ஒரு பிரமிடு மாடலை அவன் மேல் விட்டெறிந்தது என மிழற்றுகிறான். இப்போதோ தான் ஓர் எலி என்கிறான். பேத்தலுக்கு ஓர் அளவே இல்லையா? விபரீதமாகக் கற்பனை செய்ய எங்கே கற்றுக்கொண்டான்? இவனது பிரச்சினை எதுவரை போகும்? இவனுடன் நாமும் சேர்ந்து அழிய வேண்டிவருமோ?'

யோசித்தபடி வீட்டுக்குள் பிரவேசித்தாள்.

சமரனின் அம்மா எதிர்ப்பட்டாள்.

"வணக்கம் அம்மா!"

"வணக்கம் வான்முகில்!"

"சமரன் எங்கே?"

"படுக்கையறையிலிருந்து அவன் வெளியே வரவேயில்லை!"

அறைக்குள் போனாள். படுக்கையில் காணவில்லை. துழாவியபடி கழிவறைக்குப் போனாள். மண்டியிட்டு யூரோப்பியன் கிளாசெட்டுக்குள் முகம் புதைத்திருந்தான். அழுக்குத் தண்ணீரில் குளித்திருந்தான்.

பட்டென்று ஓர் அடி அடித்து சமரனைப் பின்னுக்கு இழுத்தாள். சமரனின் முகத்தில் தண்ணீர் சொட்டியது.

"என்ன வேலை பண்ணுகிறாய், எந்திரி!"

சமரனின் ஆடைகளைக் களைந்தாள். உள்ளாடையுடன் ஷவரின் முன் நிறுத்திக் குளிக்க வைத்தாள். பூத்துவாலையால் தலைதுவட்டி படுக்கையில் அமர வைத்தாள்.

ஒருமாதிரி கண்களை உருட்டி உருட்டிப் பார்த்தான் சமரன்.

"என்ன பாக்ற? கண்ணு முழியை நோண்டிருவேன்!"

"குழி தோண்ட நான் போகணும். என்னை விடு முகில்!"

"டேய்... உன்னை இமாம் கஸ்ஸாலிகிட்ட கூட்டிட்டுப் போனது தப்பு. ஒரு நல்ல மனோதத்துவ நிபுணரிடம் கூட்டிச் சென்றிருக்க வேண்டும்!"

யோசித்து கைபேசியில் ஒரு பத்து இலக்க எண்ணை அழுக்கினாள். எதிர் முனை உயிர்த்தது. பேசினாள் வான்முகில்.

"அப்பாயின்மெண்ட் மாலை அஞ்சு மணிக்கா? ஓ.கே. டாக்டர்!"

"யாரிடம் பேசினாய்?"

"டாக்டர் செண்பக குழல்வாய்மொழி!"

"மனோதத்துவ நிபுணரா?"

"ஆமாம்!"

"நான் வரமாட்டேன்!"

"வரமாட்டேன் என நீ கூறக்கூடாது. உன்னைக் குண்டுக்கட்டாய் தூக்கிச் செல்வேன். உனது பாஷையில் கூறினால் கவ்விச் செல்வேன்!"

"என்னைப் பைத்தியம் என்கிறாயா?"

"இந்தியாவில் இருபது சதவிகிதம் பேர் மனம் சார்ந்த பிரச்சினைகளில் உழல்கிறார்கள். நீயும் சிறு சிகிச்சை செய்து உன்னை இயல்பு வாழ்க்கைக்கு மீட்டெடுத்துவிடலாம்!"

மெளனித்தான் சமரன்.

புரசைவாக்கம் நெடுஞ்சாலையில் அந்த மனநலமருத்துவமனை அமைந்திருந்தது. ஓட்டிவந்த ஸ்கூட்டியை பார்க்கிங்கில் நிறுத்தினாள் வான்முகில். "இறங்கு சமரன்!"

வரவேற்பாளினி புருவம் உயர்த்தினாள், "சமரன்!"

"ஆமாம்!"

"உள்ளே போங்க... டாக்டர் இருக்கிறார்!"

குளிர்ப்பதனமூட்டப்பட்ட அறைக்குள் இருவரும் நுழைந்தனர்.

ஒரு டைரக்டர் மாடல் ரிவால்விங் சேரில் டாக்டர் செண்பக குழல்வாய்மொழி அமர்ந்திருந்தாள். அவளுக்குப் பின் சிக்மண்ட் ப்ராய்டின் ப்ளோ-அப் தொங்கியது.

அறையின் நான்கு பக்கங்களிலும் கண்ணாடி பீரோக்களில் புத்தகங்கள்.

ஸ்நேகமாய் டாக்டர் வரவேற்றாள். "கமின்!"

டாக்டர் பார்க்க பழைய நடிகை மந்த்ரா மாதிரி இருந்தாள்.

"கால் மீ செம்பா!" கொஞ்சினாள். நாற்பது வயதிலும் கிரேக்கச் சிலை போல இருந்தாள். அவள் எழுந்து நின்றபோது லோ ஹிப் தெரிந்தது. இடுப்பு ஊட்டியின் கொண்டை ஊசி வளைவுகளில் ஒன்றை நினைவூட்டியது. ரத்த நிற லிப்ஸ்டிக் போட்டிருந்தாள். அபரிமிதமாய் மை தீட்டிய பானுப்ரியா கண்கள்.

"எதிரில் அமருங்கள்!" அபிநயித்தாள்.

"ஆர் யு எ பரதநாட்டியம் டான்ஸர்?"

"யெஸ்... என் பொழுதுபோக்கு நடனம்தான்!"

"டாக்டர்! இவன் என் தோழன். வளர்ந்துவரும் நடிகன். இவனுக்கு ஒரு பிரச்சினை. அதனைச் சரி பண்ணவே உங்களிடம் கூட்டி வந்தேன்!"

வாய்ஸ் ரிக்கார்டரை ஆன் செய்தாள் செண்பா. "உங்களின் அனைத்துப் பிரச்சினைகளையும் ஒன்றுவிடாமல் கூறுங்கள் மிஸ்டர் சமரன்... ஐ வில் கிவ் யூ சொல்யூஸன்!"

கூறினான் சமரன்.

பதினைந்து நிமிடங்கள் குறுக்கிடாமல் கேட்டாள்.

பின் எழுந்து வந்தாள். சமரனின் தலைகேசத்தைக் கோதிக் கொடுத்தாள். அவனின் பின்னந்தலையைத் தனது மார்பில் சாத்திக் கொண்டாள்.

"காம் டவுன் பாய்... போபியா பத்தி உனக்குத் தெரியுமா?" ஒருமைக்கு தாவினாள்.

"தெரியும்!"

"நூற்றுக்கணக்கான போபியாக்கள் உள்ளன. உயரத்தைக் கண்டு பயப்படுவதற்கு அக்ரோபோபியா. விமானத்தில் பறக்கப் பயப்படுவதற்கு ஏரோபோபியா. சிலந்தி பயத்துக்கு அரக்னோபோபியா. இடிமின்னல் பயத்துக்கு ஆஸ்ட்ராபோபியா. ரத்தத்தைக் கண்டால் பயம் ஹீமோபோபியா. தண்ணீர் பயம் ஹைடிரோபோபியா. தனிமை பயம் ஆட்டோபோபியா. கம்ப்யூட்டரை கண்டால் பயம் ஸைபர்போபியா. பல் மருத்துவரைக் கண்டால் பயம் டென்டோபோபியா. இரவுகளைக் கண்டால் பயம் நாக்டிபோபியா. இருட்டைக் கண்டால் பயம் நிக்டோபோபியா. பயத்தை கண்டால் பயம் போபோபோபியா..."

பட்டியல் நீண்டுகொண்டே போனது.

"கண்ணா! உன்னிடம் ஒரு போபியா இருக்கிறது!"

"என்ன போபியா?"

செம்பாவின் மீது டியோடரண்ட்டும் வியர்வை வாசனையும் கலந்த நறுமணம் வீசியது. சமரனின் காதுமடல்களை நீவிவிட்டாள்.

"எலுரோபோபியா... பூனைகளின் மீதான பயம்..."

"இந்த போபியா எனக்கு எந்த வயதில் வந்தது எனக் கூறுகிறீர்கள்?"

"போபியாக்கள் எப்போது வேண்டுமானாலும் வரலாம், அவை அழையா விருந்தாளிகள்!"

"நான் ஓர் எலி என உணர்வது என்ன வகை போபியா?"

"பூனைக்கு எதிர்ப்பதம் என்ன? எலிதானே! உனது பூனை போபியாவே உன்னை எலியாக உணர வைக்கிறது. நீ எலி அல்ல. இருபத்தியைந்து வயது ஹாண்ட்ஸம் இளைஞன். மனிதனின் ஒவ்வொரு செயலுக்குப் பின்னும் செக்ஸ் ஒளிந்திருக்கிறது என்றான் சிக்மண்ட் ப்ராய்ட். காமத்திற்கான படிமம் பூனை. நீ உன் செக்சுவல் எண்ணங்களை அடக்கி ஆள்வதால்கூட உனக்கு எலுரோபோபியா வந்திருக்கலாம். எனக்குப் பூனைகள் மிகப் பிடிக்கும். விலங்குகளில் மகிமைப்படுத்தப்பட்டவை பூனைகளே. பூனைகள் இல்லாத பூமி பாழ். பூனைகளை வெறுக்கும் உன்னை பூனைகளின் காதலனாக மாற்றிக் காட்டுகிறேன்!"

"இம்பாஸிபிள் டாக்டர்!"

"தெரபி மற்றும் மெடிசின் மூலம் உன்னைக் குணப்படுத்திவிடலாம். தெரபி என்றால் எக்ஸ்போஷர் தெரபி. பிரச்சினையை டிசென்சிடைஸ் பண்ண வேண்டும். பதற்றத்தைக் குறைக்கும் பீட்டா பிளாக்கர்ஸ் மற்றும் பென்ஸோடயஸிபைன்ஸ் மருந்துகள் தருவேன்!"

"நீங்கள் பிரச்சினையின் எதிர்ப்பக்கம் வெகுதூரம் பயணிக்கிறீர்கள்!"

"நோ பாய்... என் வழி தனி வழி. ஆனால், மிகச்சரியான வழி!"

முகம் முழுவதையும் வருடிக் கொடுத்தாள்.

மனோதத்துவ நிபுணர் செண்பாவின் நடவடிக்கைகள் வான்முகிலுக்கு விநோதமாகப் பட்டன.

"நான் ஒண்ணு கேட்டா தப்பா நினைச்சிக்க மாட்டீங்களே டாக்டர்!"

"கேள்!"

"நோயாளியோட இவ்வளவு நெருக்கமாகவா ஒரு மருத்துவர் இருப்பார்? விட்டால் முத்தமழை பொழிந்துவிடுவீர்கள் போல..."

"எனது சிகிச்சை இப்படித்தான் இருக்கும். வேறு உள் நோக்கங்கள் இல்லை. எனக்கு வயது என்ன இருக்கும் என நினைக்கிறாய்?"

"நாற்பது!"

"இல்லை... நாற்பத்தி ஒன்பது... இந்த இளைஞுனுக்கு என் மகன் வயது. ஒரு தாயின் கரிசனையுடன்தான் இந்த இளைஞுனை அணுகுகிறேன்!"

"எப்படியோ சமரன் குணமானா சரி!"

"முதலில் நோயாளியின் உள்ளக்கிடக்கை அள்ளிக் கொட்டச் சொன்னேன். இடை மறிக்காது எதிர்க்கேள்வி கேட்காது முழுவதையும் கேட்டேன். இதனை கேத்தாசிஸ் என்பர். மனநல ஆலோசனையில் கருணை மகாமுக்கியம்!"

"எனக்கு உங்களை மிகவும் பிடித்திருக்கிறது. நீங்கள் எனக்கு அக்கா போல..." என்றான் சமரன்.

ஒரு கணம் யோசித்தபடி உலாவினாள் செண்பா.

"சமரா! உனக்கு ஒரு நண்பனை அறிமுகப்படுத்துகிறேன்!"

"யாரது?"

"பொறுத்திருந்து பார்!"

அழைப்பு மணியை அழுக்கினாள். உதவியாளினி உட்பட்டாள்.

"அதனை உள்ளே எடுத்து வா!"

காத்திருப்பில் சில நொடிகள் சில யுகங்கள் ஆகின.

"மியாவ்!"

"கமான் டார்லிங்!"

செண்பகாவிடம் தாவியது.

"பால் குடித்தாயா?"

ஆமோதித்தது.

கழுத்தில் பிளாட்டின வளையம் மாட்டப்பட்டிருந்தது. பூனையின் மீது மல்லிகைப்பூ வாசனையடித்தது.

"என்ன பார்க்கிறாய்? பூனையின் மீது சென்ட் அடித்திருக்கிறோம்!"

"வெல்வெட்! மீட் மை ஃப்ரண்ட் சமரன்!"

பூனை, சமரனின் கண்களை ஊடுருவிப் பார்த்தது.

"ஷேக் ஹாண்ட் கொடு!"

கைகுலுக்க முன்னங்கால் நீட்டியது. பயந்தான்.

"பூனையைத் தொட்டுப் பார் சமரன்... கடித்துவிடாது... அது என் செல்லப் பூனை... உலகத்திலேயே நாசூக்கான வளர்ப்பு மிருகம் பூனைதான்!"

பயந்துகொண்டே தொட்டும் தொட்டுவிடாமல் தொட்டான்.

"உன்னை எதாவது செஞ்சதா? மெத்மெத்னுதான இருக்கு!"

அரைகுறையாக ஆமோதித்தான்.

"நீ ஓர் எலி என்றால் இந்நேரம் என் வெல்வெட் உன்னைக் கடித்துக் குதறியிருக்க வேண்டும்..."

மௌனித்தான்.

"வெல்வெட்டை சிறிது நேரம் உன் மடியில் தூக்கி வைத்துக்கொள்!"

"மாட்டேன்!"

"செம்பாவுக்காக ஒரே ஒரு நிமிஷம்..."

குலை நடுக்கத்துடன் பூனையை வாங்கி மடியில் அமர்த்திக்கொண்டான். அப்போதுதான் அது நடந்தது! வெல்வெட் நாக்கைத் துருத்தி சமரனைப் பார்த்து அநியாயத்துக்கு கண்ணடித்தது! அந்தக் கண்ணடிப்பில் ஆயிரம் மர்மங்கள் கூடு கட்டியிருந்தன. ஆணியடித்தாற் போல ஸ்தம்பித்தான் சமரன்!

———◦———

   கறுப்பு பூனைக் கூட்டம்

9

அத்துவானத்தில் அலையும்
பூனையின் கண்கள்
ஒருகணம் இருளில்
ஊடுருவி உறுமியது
மறுகணம் வெளிச்சத்தில்
கூசிமருண்டது
இருண்மை வெளியில் தாவித்
திரும்பி
சுழற்றிக் கொண்ட நா நுனியில்
தெறித்து விழுந்தன
இளம் சூட்டுடனான குருதித்
துளிகள்.

   – நிஷா மன்சூர்

"**டா**க்டர் செம்பா!" நாக்குழறினான் சமரன்.

"என் வெல்வெட்டை மடில வச்சு கொஞ்சினவுடனே பூனை போயியா போய்ருச்சா? வெல்வெட்டை நானே வளர்க்கணும்னு அடம் பிடிக்கிறியா?" கிண்டலித்தாள் செண்பகக் குழல்வாய்மொழி.

"உ... உ... உங்க பூனை என்னைப் பார்த்து நாக்கைச் சுழற்றிக் கண்ணடிச்சது?"

"என் வெல்வெட் அதெல்லாமா செய்யுது? (வெல்வெட் பக்கம் திரும்பி) நாட்டி கேர்ள்! ஓர் அந்நியனைப் பார்த்து இப்படியா நடந்துக்கிறது?"

வெல்வெட் பம்மியது.

பூனையை மீண்டும் தனது கைகளில் வாங்கிக்கொண்டாள் செண்பா. உதவியாளினியை அழைத்தாள். "வெல்வெட்டை கொண்டுபோய் அதோட பெட்ல வை!"

உதவியாளினியுடன் போகும் வெல்வெட் யாருக்கும் தெரியாமல் ரகசியமாகச் சமரனை முறைத்தது. உலைக்களம் உக்கிரம்.

வெல்வெட்டின் முறைப்பைதாளாது தலைகுனிந்துகொண்டான் சமரன்.

செண்பா சானிடைஸர் வைத்து இரு கைகளையும் தேய்த்துகொண்டாள். "சமரன்! நீயும் தேய்ச்சிக்க!" சிறிதளவு சானிடைஸரை பிதுக்கி விட்டாள்.

"உன்னைப் பாத்தா எனக்கு என்ன தோணுது தெரியுமா?"

"தெரியல..."

"ஒரு இருபது வருஷம் லேட்டா பிறந்திருந்தா நான் உன்னை லவ் பண்ணியிருக்கலாம். அல்லது நீ ஒரு இருபத்தியஞ்சு வருடம் முன்னதாகப் பிறந்திருந்தா நீ என்னை லவ் பண்ணியிருக்கலாம். நீ ஒரு ஹேண்ட்ஸம் பாய். உன்னைப் பார்த்தாலே பெண்களின் இதயங்களில் காதல் கொப்பளிக்கும். நீ ஓர் ஆளுயர கேக். உன்னை அப்படியே சாப்டலாம் போல தோணுது!"

வான்முகில் தொண்டையைச் செருமினாள். "நா ஒருத்தி இங்க இருக்கேன்... நான் இருக்கும்போதே இவன் மேல இவ்வளவு ஜொள்ளு விடுறீங்களே செண்பா..."

"செண்பா ஒரு ரசனைக்காரி!"

"என்னுடைய நண்பனின் பிரச்சினைக்கு நிரந்தரத் தீர்வைச் சொல்லுங்க!"

"வாரம் இருமுறை வாருங்கள். எக்ஸ்போஷர் தெரபி தருகிறேன். சில மருந்து மாத்திரைகளை எழுதித் தருகிறேன். தினம் தூங்கப்போவதற்கு முன் மாத்திரையைப் போட்டுக்கொள் கண்ணா!"

"வேற?"

   கறுப்பு பூனைக் கூட்டம்

"சமரனை அவங்கம்மாவுடன் தூங்கச் சொல். தினமும் காலை ஆளுயரக் கண்ணாடி முன் நின்று சமரன், 'எனக்கும் பூனைகளுக்கும் எந்தப் பிரச்சினைகளும் இல்லை. நான் எலியல்ல. நான் ஒரு சுந்தர அழகன். நான் ஜெயிக்கப் பிறந்தவன். இனி எனக்கு எந்தப் பூனைக் கனவும் வராது. எனக்கு மனநிலை மிகச் சிறப்பாக உள்ளது. என் முதல் படம் நூறு நாள் ஓடும்' என சுய வசியம் செய்துகொள்ளட்டும்..."

"ஓ. கே. டாக்டர்!"

"சமரா... உன் கைப்பேசி எண் கொடு!"

"எதுக்கு?" துடுக்காகக் கேட்டாள் வான்முகில்.

"அப்பப்ப கவுன்ஸலிங் கொடுக்கத்தான். வேறெதுக்கு கேக்கப் போறேன்? காதல் வசனமா பேசப் போகிறேன்?" தோள்களைக் குலுக்கினாள் செண்பா.

கைப்பேசி எண்ணைக் கொடுத்தான் சமரன்.

"பீஸ்?"

"ஆயிரம் ரூபாய்."

நீட்டிய பணத்தை வாங்கிக்கொண்டாள், டாக்டர் செண்பகக் குழல்வாய்மொழி.

சமரனும் வான்முகிலும் போவதைக் கண்கள் அகட்டி பார்த்துக்கொண்டே இருந்தாள் செண்பா. "வாவ்! ஐஸ்கிரீம் பாய்! வான்முகில் அதிஷ்டக்காரி!"

ஸ்கூட்டியை ஸ்டார்ட் செய்தாள். பில்லியனின் அமர்ந்தான்.

சாலையில் சீறிப் பாய்ந்தாள்.

"சமரா!"

"உம்!"

"இந்த டாக்டர் செண்பாவுடன் பேசியது கான்பிடென்டா இருக்குதா?"

"இருக்கு!"

"ரொம்ப நெஞ்சை நக்கினாளோ?"

"நோ நோ... ஷி இஸ் வெரி கைன்ட்..."

"குணமாய்டுவென்னு உனக்கு நம்பிக்கை இருக்கா?"

"இருக்கு. அவங்களோட வளர்ப்புப் பூனையைக் கொண்டுவந்து என் மடில விட்டதும் ஒரு கணம் திகைச்சுப் போய்ட்டேன்... அந்தப் பூனை ஒரு மாதிரி கண்ணடிச்சது தெரியுமா?"

"டாக்டர் செண்பாவின் வளர்ப்புத்தானே? வேறெப்படி இருக்கும்?"

"நான்தான் தேவையில்லாம பூனைகளைப் பாத்து பயப்படுகிறேனோ?"

"ஆமாண்டா..."

"சாலைப் போக்குவரத்தைக் புதிய கண்ணோட்டத்தோடு இப்பத்தான் பாக்றேன்!"

"பாரு தப்பில்ல... அப்றம் ட்ராபிக் போலீஸா பூனையைப் பாத்தேன்... நடைமேடை பாதசாரிகளா பூனைகளைப் பாத்தேன்னு சொல்லி என்னைக் கலவரப்படுத்தாதே!"

சிரித்தான் சமரன். வழியில் மருத்துவர் எழுதிக் கொடுத்த மாத்திரைகளை மருந்தகத்தில் வாங்கினர்.

சமரனின் வீட்டுக்குள் பிரவேசித்தனர்.

அம்மா ஓடிவந்தாள்.

சமரனைக் கட்டியணைத்து அழுதாள்.

"டாக்டர் என்னம்மா சொன்னார்?"

"டாக்டரம்மா... பாத்தாங்க... மருந்து கொடுத்தாங்க... குணமாய்டும்னு சொல்லிருக்காங்க!"

"சமரனுக்கு குணமாய்டுச்சுன்னா திருப்பதிக்கு ஒரு வேண்டுதல் வச்சிருக்கேன்டி!"

"என்ன வேண்டுதல்?"

கறுப்பு பூனைக் கூட்டம்

"உனக்கு மொட்டை போடுறதா வேண்டிருக்கேன்!"

"உன் மகன் குணமானா நான் மொட்டை அடிக்கணுமா? நல்ல கதை... இப்பயே மாமியார் கொடுமை ஆரம்பிச்சிட்ட போல..."

"சும்மா ஒரு பேச்சுக்கு சொன்னேன்..."

"சமரனுக்காகஎதையும்செய்வேன்... கேவலம்மொட்டையயடிக்க மாட்டேனா என்ன? அடிச்சிட்டா போச்சு! ஆறே மாசத்ல புது முடி முளைச்சிடப் போகுது!"

"எனக்கு குணமாய்ட்டா நானே மொட்டை போட்டுக்கிறேன்... நீங்க ரெண்டு பேரும் முட்டி மோதிக்காதீங்க!"

"அம்மா! சமரனைப் பாத்துக்கங்க... நாளைக்குக் காலை திரும்ப வரேன்..."

"பை வான்முகில்!"

"பைடா..."

வான்முகில் கிளம்பிப் போனாள்.

சமரன் அம்மாவைக் கட்டிப்பிடித்துக் கொஞ்ச ஆரம்பித்தான். "ரொம்ப பயந்துட்டியா அம்மா?"

"ஆமாடா... உனக்கு நானும் எனக்கு நீயும்தான் இருக்கிறோம். உனக்கு ஒண்ணுன்னா என் இதயம் தாங்காது!"

"உன் பிரார்த்தனைகள் வீண் போகாது. மலை போல பிரச்சினைகள் வந்தாலும் கடுகாய் மாறி மறைந்துவிடும்!"

"இந்த வான்முகில் உன் மேல உயிராயிருக்கா. பிரச்சினைன்னு வந்தாதான் நம் நேசத்துரியவர்களை இனம் கண்டுபிடிக்கமுடியுது"

"உன் பாசத்துக்கு முன் வான்முகிலின் அன்பு ஜுஜுபி!"

"டேய் திருடா... வான்முகிலும் நீயும் காதலிக்கிறீங்கதானடா?"

"ஆமாம்!"

"சினிமால நீ பெரிய நடிகனாகவுடன் வான்முகிலை கை விட்டுருவியா?"

"மாட்டேன்!"

"வான்முகில் பெரிய ஹீரோயின் ஆனவுடனே அவ உன்னைக் கை விட்டுருவாளா?"

"தெரியலையே..."

"கைவிட மாட்டான்னு உறுதியா சொல்லுடா..."

"கைவிடாம இருந்தான்னா பெரிய சந்தோஷம்..."

"நைட் உனக்கு என்ன டிபன் செய்ய?"

"தக்காளி ஊத்தப்பமும் கெட்டி தேங்கா சட்னியும் செய்!"

"சரிடா..."

"எனக்கு அப்பா ஞாபகம் வந்திருச்சும்மா..."

"அந்தாளை எதுக்குடா இப்ப நினைச்ச?"

"உனக்கும் அவருக்கும் கல்யாணமாகி எத்தனை வருஷமாச்சுமா?"

"முப்பது வருஷம்... எங்களுக்குக் கல்யாணமான நாலு வருஷம் கழிச்சுத்தான் நீ பிறந்த!"

"ஓஹோ... அப்பா உன்கூட எத்தனை வருஷம் குடும்பம் நடத்தினார்?"

"பத்து வருஷம் குடும்பம் நடத்தினோம். உனக்கு ஒன்பது வயசாகும்போது அவர் இறந்துபோய்விட்டார்!"

"அப்பா பாக்க எப்படி இருப்பார்?"

"சுருள் முடி அழகன்!"

"அப்பா உன்னை சந்தோஷமா வச்சுக்கிட்டாரா?"

"இல்லடா... அவர் ஒரு செயின் ஸ்மோக்கர்... குடி சூதாட்டம் வேற... குடிச்சிட்டு விடிய விடிய சூதாடிட்டு காலைல வீட்டுக்கு வந்து தூங்குவார்!"

   கறுப்பு பூனைக் கூட்டம்

"அவர் எந்த வேலையிலும் இல்லையா?"

"உங்க தாத்தா பெரும்பணக்காரர். அவர் சொத்துகளை எல்லாம் குடிச்சும் சூதாடியும் அழிச்சார் உங்கப்பா..."

"நீ அறிவுரை சொன்னதில்லையா?"

"அறிவுரை சொன்னா என்னை அடிச்சுத் துவைச்சிடுவார்!"

"என் மீது பாசமா இருப்பாரா?"

"அபூர்வமா உன்னை மடில வச்சு கொஞ்சுவார். 'மகனே! நீயாச்சும் குடிகாரனா சூதாடியா இல்லாம சிறப்பா வாடா!'ன்னு மிழற்றுவார்!"

"எப்படி இறந்து போனார்?"

"அவரது சீட்டாட்டக் கூட்டாளிக்கும் அவருக்கும் நெடுநாள் பகை. ஒருநாள் கூட்டாளி போதை பானத்தில் சயனைடு கலந்து கொடுத்து உங்கப்பாவைக் கொன்றுவிட்டான். போலீஸ் அவனைக் கைது செய்தது. நாலு வருஷம் தண்டனையை அனுபவித்து விடுதலை ஆகிவிட்டான் அவன்!"

"நீ ரொம்ப பாவம்மா... என்னை எவ்வளவு கஷ்டப்பட்டுப் படிக்க வச்சு ஆளாக்கிருப்ப..."

"என் உலகமே நீதான்டா... நீ நல்லாயிருந்தா என் கஷ்டமெல்லாம் உருகி ஓடிவிடும்!"

"அம்மா! உன் மடில நான் கொஞ்ச நேரம் படுத்துக்கட்டா?"

"இன்னைக்கி ராத்திரி என்கூடதான் தூங்கப் போற சமரா!"

"ஐ லவ் யூ அம்மா!"

"எனக்குச் சொல்ல வராதே... எனக்கு உசுருடா நீ செல்லக்குட்டி!"

இரவு உணவு தயாரிக்க எழுந்தாள் அம்மா. சுடச்சுட தக்காளி ஊத்தப்பமும் தேங்காய்ச் சட்னியும் பரிமாறினாள்.

திருப்தியாக உண்டான் சமரன்.

படுக்கையில் அம்மாவின் மடியில் படுத்து உறங்க ஆரம்பித்தான் சமரன். அவனைத் தட்டிக் கொடுத்தபடி அம்மாவும் தூங்கிப்போனாள்.

* * * *

இரவு நீண்டது.

ஒரு பொந்திலிருந்து ஓர் எலி வெளிப்பட்டது. ஒருவித 'கீச்' சப்தம் எழுப்பியபடி ஓடியது. எங்கிருந்தோ வந்த பூனை குறுக்கே பாய்ந்தது. தனது இடது முன்னங்காலால் எலியை ஒரு சாத்து சாத்தியது. எலி மல்லாக்கப் போய் விழுந்தது.

இடது காலால் ஒரு தட்டு, வலது காலால் ஒரு தட்டு... மாறி மாறி பூனை எலியைத் தாக்கி விளையாடியது. மரண விளையாட்டு. மரணத்துக்கும் வாழ்வுக்கும் இடையே எலி ஏத்தலக்காபூத்தலக்கா ஆடியது.

"போதும், என்னைக் கொன்று விடு!" என மானசீகமாகப் பூனையைக் கெஞ்சியது.

பூனை தொடர்ந்து விளையாடியது. ஒருகட்டத்தில், 'எலியே, நீ உயிர் பிழைத்துக்கொள்!' என உயிர்ப்பிச்சை அளித்தது.

எலி எழுந்தோட பூனை பாய்ந்தது. எலியின் குரல்வளையைக் கடித்துக் குதறியது. 'சேத்' என்று ரத்தம் பீய்ச்சியடித்தது.

காலையில் எழுந்த அம்மா படுக்கையைத் துழாவினாள்.

சமரனைக் காணவில்லை!

—◦—

   கறுப்பு பூனைக் கூட்டம்

10

தொட்டிக்குள் சிறையான பூனைகள்
கத்திக்கொண்டேயிருக்க
தங்கமீன்களோ சுதந்திரமாக
உலகம் முழுவதும்
சுற்றித்திரிந்தன
எலியின் கனவில்!

   – முகமது பாட்சா

பதைபதைத்துப்போனாள் அம்மா.

"சமரா!" என ஓங்கி அழைத்தாள்.

பதில் இல்லை.

"சமரா சமரா சமரா!" எனப் புலம்பியபடியே அங்குமிங்கும் ஓடினாள். அறை முழுக்க மார்பிள் தரையில் சிறுசிறு பள்ளங்கள் தோண்டப்பட்டிருந்தது. கழிவறையும் குளியலறையும் இணைந்த அறைக்குப் போனாள்.

சமரன் அங்கும் இல்லை.

கழிவுநீர் குழாய் உடைந்து கழிவுநீர் குளியலறை முழுக்க தேங்கியிருந்தது.

யூரோப்பியன் கிளாசட்டில் நீர் பொங்கி வழிந்தது.

அறை முழுக்க எலிப் புழுக்கைகள்.

சற்றே நிதானித்தாள். கட்டிலுக்கு அடியில் சமரனைத் தேடினாள். கட்டிலுக்கு அடியில் ரத்தக்குட்டை தேங்கியிருந்தது. ஆங்காங்கே ரத்தத் துளிகள் பரவிக்கிடந்தன. அறைக்குள் ஒரு ரத்த வீச்சம் அடித்தது. தனது படுக்கையறையிலிருந்து வெளியேறி சமரனின் படுக்கையறைக்குப் போனாள் அம்மா.

அங்கும் சமரன் இல்லை!

சமையலறை, தோட்டம், வரவேற்பறை வீடு முழுக்கத் தேடினாள். "படுக்கையறை முழுக்க ரத்தமா இருக்கே! என் செல்லக்குட்டி சமரனுக்கு என்னாச்சு! கடவுளே! கடவுளே இதென்ன சோதனை?" வாய்விட்டு முறையிட்டாள்.

கைப்பேசி எடுத்து வான்முகிலிடம் பேசினாள். "வா... வான்முகில்! ச... சமரனைக் காணவில்லை!"

"என்ன ஆண்ட்டி சொல்றீங்க? வீடு முழுக்க நல்லா தேடுனீங்களா?"

"தேடிட்டேன்... வீடு முழுக்க ரத்தமா கிடக்கு!"

பதறினாள் வான்முகில். "என்னமோ நடந்திருக்கு! இதோ உடனடியா காவல்துறைக்குப் புகார் பண்றேன்!"

"என்னம்மா நடந்திருக்கும்?"

"பயப்படாதீங்க... காவல்துறை வந்து விசாரிக்கும்!"

அடுத்த அரைமணி நேரத்தில் காவல்துறையுடன் வந்து சேர்ந்தாள் வான்முகில். அஸிஸ்டெண்ட் கமிஷனர் தேவா தனது காரிலிருந்து இறங்கினார்.

"வாங்க சார்... உள்ளே... இதுதான் சமரனின் வீடு!"

"சமரன் யார்?"

"என் நண்பன்... வளர்ந்து வரும் சினிமா நடிகன்."

"நீங்கள் அவனுக்கு என்ன உறவுமுறை?'

"தோழி!"

"தோழியா, காதலியா?"

"காதலிதான்... இந்தப் பதில்தானே உங்களுக்குத் தேவை!"

வீட்டுக்குள் பிரவேசித்தார் தேவா. வரவேற்பறைச் சுவர்களில் சமரன் வண்ண வண்ண ப்ளோஅப்களாய் தொங்கினான்.

    கறுப்பு பூனைக் கூட்டம்

"வாட் எ போட்டோஜெனிக் பேஸ்!"

தலைவிரிகோலமாய்க் கதறியபடி கால்களை விரித்தபடி தாறுமாறாய் அமர்ந்திருந்தாள் அம்மா.

"எழுந்து உக்காருங்கம்மா!"

எழுந்து அமர்ந்தாள்.

"என்னம்மா நடந்தது?"

"முதலில் அதோ இருக்கும் படுக்கையறைக்குப் போய்ப் பாருங்கள். அங்கேதான் என் மகனும் நானும் இரவு படுத்திருந்தோம். விடிந்தால் அவனைக் காணவில்லை. அறை முழுக்க குழி பறிக்கப்பட்டிருக்கிறது. எங்கு பார்த்தாலும் ரத்தம் சிந்திக்கிடக்கிறது!"

தேவாவும் தடய அறிவியல் நிபுணர்களும் படுக்கையறைக்குள் போயினர். தேவா படுக்கையை நோட்டமிட்டார். படுக்கையில் ஓர் ஆள் படுத்திருந்தது போல ஆள் பருமனுக்கு குழிவு காணப்பட்டது.

படுக்கைக்கு அடியே குனிந்தார்.

ரத்தக் குட்டை.

கையுறை அணிந்த ஆட்காட்டி விரலால் ரத்தத்தை ஒற்றி மூக்குக்கு எடுத்துச் சென்று முகர்ந்து பார்த்தார். மனித ரத்தம்! காணாமல் போன சமரனின் ரத்தமோ?

தடயஅறிவியல்நிபுணர்ரத்தத்தைச்சேகரித்தார். தலையணையில் கிடந்த சில ரோமங்களை எடுத்துப் பாதுகாத்தார்.

அறைக்குள் இருந்த குழிகளை ஆராய்ந்தார் தேவா.

பெருச்சாளிகள் ஓட்டை போட்டிருக்கின்றன.

யூரோப்பியன் கிளாசெட்டை ஆராய்ந்தார். அதனுள் எதுவோ போடப்பட்டிருந்தது.

கழிவுநீர்க் குழாய்கள் உடைந்திருந்தன. இதனையும் பெருச்சாளிகள்தான் செய்திருக்கவேண்டும்

வென்டிலேட்டர் உடைக்கப்பட்டிருக்கிறதா? யாராவது இரவில் வீட்டுக்குள் அத்துமீறினார்களா? எங்காவது காலடித்தடம் பதிந்திருக்கிறதா?

மீண்டும் படுக்கையறைக்குத் திரும்பினார்.

அறைக்குள் காணப்படும் ரத்தம் ஒருவருடையதா, இருவருடையதா அல்லது பலருடையதா?

'ரத்தம் சமரனின் உடலில் இருந்து வெளியேறியதா? இல்லை காவல்துறையைத் திசைதிருப்ப சேகரிக்கப்பட்ட ரத்தம் கொட்டப்பட்டிருக்கிறதா?'

அம்மாவிடம் நடந்தார்.

"அம்மா! உங்க பெயர்?"

"மஞ்சுளா!"

"காணாமல் போன அல்லது கொலை செய்யப்பட்ட சமரனுக்கு நீங்க யார்?"

"கொலை செய்யப்பட்டானா? என்ன குண்டைத் தூக்கிப் போடுகிறீர்கள்? அய்யோ என் மகனே!" தலையில் அடித்துக் கொண்டாள்.

"கேட்ட கேள்விக்குப் பதில். சமரனுக்கு நீங்க யார்?"

"அம்மா!"

"உங்களது கணவர்?"

"இறந்துவிட்டார்!"

"இந்த வீட்டில் நீங்களும் சமரனும் தவிர வேறு யார் இருக்கிறீர்கள்?"

"வேற யாரும் இல்லை!"

"வேலைக்காரிகூட இல்லையா?"

"இல்லை!"

"இது வாடகை வீடா, சொந்த வீடா?"

  கறுப்பு பூனைக் கூட்டம்

"சொந்த வீடு, பூர்வீக வீடு!"

"சம்பாத்தியம்?"

"வங்கியில் ஐம்பது லட்சம் ரூபாய் நிரந்தர வைப்புத் தொகை என் கணக்கில் உள்ளது. அதிலிருந்து வட்டி வருகிறது!"

"சமரன் என்ன படித்தார்?"

"இளங்கலை இயற்பியல்!"

"சமரனுக்கு எதிரிகள் யாரும் உண்டா?"

"இல்லை!"

"நன்றாக யோசித்துச் சொல்லுங்கள். உங்க குடும்பத்துக்கு எதிரிகள் யாராவது உண்டா?"

"என் கணவரை சயனைடு வைத்துக் கொன்றவர் நாலு வருஷ தண்டனைக்குப் பிறகு விடுதலையாய்ட்டார். எதிரின்னு பாத்தா அவருதான்!"

"சமரனுக்கு மாடலிங்கிலோ சினிமாவிலோ எதிரிகள் கிடையாதா?"

"தெரியவில்லையே..."

"நேற்றிரவு என்ன சாப்ட்டீர்கள்?"

"தக்காளி ஊத்தப்பம்!"

"காலையில் எழுந்திரிக்கும்போது சாதாரணமாக எழுந்தீர்களா, அல்லது ட்ரவ்ஸியாக எழுந்தீர்களா?"

"ஏனிப்படிக் கேட்கிறீர்கள்?"

"உங்கள் மகனைக் கொல்லவோ கடத்தவோ முயற்சி செய்தவர்கள், உங்களுக்கு மயக்கமருந்து புகட்டியிருக்கக்கூடும்!"

"அப்படி எதுவும் தெரியவில்லையே?"

"நள்ளிரவில் அரைத் தூக்கத்தில் எதாவது தள்ளுமுள்ளு உணர்ந்தீர்களா?"

"இல்லையே?"

"நேற்றிரவு தூங்கப் போவதற்கு முன் அறைக்குள் குழிகள் தோண்டப்பட்டிருந்தனவா, கழிவுநீர்க்குழாய் உடைக்கப்பட்டிருந்தனவா?"

"குழிகளும் இல்லை, கழிவுநீர்க் குழாய்களும் உடைக்கப்படவில்லை!"

வான்முகில் பக்கம் திரும்பினார். "சமரன் உங்களிடம் ஏதாவது பிரச்சினைகளைக் கூறினாரா?"

"ஆம், கூறினார்."

"என்ன பிரச்சினை?"

பூனைக் கனவிலிருந்து நேற்று மனநல மருத்துவரிடம் போய் வந்தது வரை விவரித்தாள்.

"இன்ட்ரஸ்டிங்... ஸோ, சமரன் ஒரு மனநோயாளி!"

"அவர் அனுபவித்தது முழுவதும் உண்மையான நிகழ்வுகளாக இருந்தாலும் இருக்கலாம்... சம்திங் பிஷ்ஷி இன் ஹிஸ் லைப்... அவ்வளவுதான்!"

"கனவில் வந்த பூனை இன்று நேரில் வந்து சமரனைத் தூக்கிச் சென்றுவிட்டதோ?"

"அந்த ரத்தக் குட்டை?"

"இருவருக்கும் இடையே ஆன முட்டல் மோதலில் சமரனின் உடலில் ரத்தக் காயங்கள் ஏற்பட்டிருக்கக்கூடும். காயங்களில் வெளியேறிய ரத்தம், ரத்தக் குட்டை அமைத்திருக்கலாம்!"

"பூனை மனிதனை தூக்கிச் செல்லுமா?"

"நீங்கதான் அவரது எல்லா அனுபவங்களையும் உண்மை என்றீர்களே... இப்படி கொஞ்சம் பேசிப் பார்ப்போமே..."

"எப்படி?"

"மனநோய் உள்ள சமரன் நள்ளிரவில் எழுந்து அறைக்குள் குழிகளைத் தோண்டிவிட்டு, கழிவுநீர்க் குழாய்களை

உடைத்துவிட்டு, தனக்குத் தானே காயம் ஏற்படுத்திகொண்டு எங்கோ தலைமறைவானாரோ?"

"யூ மேனிபுலேட் இன்ஸிடென்ட்ஸ் ஏ. ஸி. சார்!"

"நான் நிகழ்வை திரித்துப் பார்க்கவில்லை. பல்வேறு கோணங்களை யோசித்துப் பார்க்கிறேன்!"

"என்ன வேண்டுமானாலும் யோசியுங்கள்... எனக்கொரு உதவி செய்யுங்கள்!"

"என்ன உதவி?"

"என் சமரனை உயிரோடு கண்டுபிடித்துக் கொடுங்கள்!"

"மஞ்சுளாம்மா! நீங்க எனக்கொரு உதவி செய்யுங்க!"

"என்ன?"

"சமரனின் புகைப்படங்கள் சிலவற்றையும் வீடியோ கிளிப்பிங் இருந்தால் அவற்றையும் தாருங்கள். விசாரணைக்கு உதவும்!"

துழாவி எடுத்துக் கொடுத்தாள் மஞ்சுளா.

போர்டிகோவிற்கு வந்தார். கார் அல்லது ஜீப் டயர் தடயங்கள் தேடினார். வீட்டை மும்முறை சுற்றி வந்தார்.

அக்கம்பக்கத்தினரைக் கூப்பிட்டு விசாரித்தார்.

நள்ளிரவில் எந்த வாகனமும் வந்து போனதை அவர்கள் பார்க்கவில்லை.

உதடு பிதுக்கினார் தேவா. இந்தியாவின் மிகச் சிறந்த க்ரைம் சீன் எக்ஸ்பர்ட் அவர். அவருக்கே சமரனின் விஷயத்தில் என்ன நடந்திருக்கும் என்பதனை யூகிக்க முடியவில்லை.

ஒரு சிகரட்டை எடுத்துப் பற்ற வைத்தார்.

புகையை நுரையீரலுக்குள் சுற்றுலா அனுப்பி மூக்கு வழியே கசிய விட்டார்.

தேவாவின் தலைமீது ஏதோ விழுந்தது.

நிதானிப்பதற்குள் தேவாவின் மீது ஒரு மழை பொழிந்தது.

விழுந்ததில் ஒன்றைத் துழாவி எடுத்தார்.

அது ஒரு நெத்திலி கருவாடு!

அவர் மீது பெய்தது, ஒரு கருவாட்டு மழை! அண்ணாந்தார்! கருவாட்டு மழை வானத்திலிருந்துதான் பெய்திருந்தது!

காகப் பார்வை பார்த்தார் தேவா!

———◦———

                          கறுப்பு பூனைக் கூட்டம்

11

ஜெருஷா இஞ்சிச் சாறும் எலுமிச்சைச் சாறும் தேனும் கலந்த பானத்தைக் கொண்டுவந்து டிடக்டிவ் டியாரா ராஜ்குமாரிடம் நீட்டினாள்.

வாங்கிக் குடித்தான். "தாங்க்ஸ் குட்டிம்மா!"

கணினி முன் வந்து அமர்ந்தான்.

கணினியை உயிர்ப்பித்தான்.

'தேனீ' என்கிற விஞ்ஞான சிறுகதையை டைப்ப ஆரம்பித்தான். 900 வார்த்தைகளில் கதையை முடித்தான். பிரிண்ட் அவுட் எடுத்து கதையை உரக்க வாசித்துத் திருத்தினான்.

கைதட்டல் சப்தம் கேட்டது. திரும்பினான். ஜெருஷா நின்றிருந்தாள். "சபாஷ் புருஷா... கதை சிறப்பா வந்திருக்கு. முடிவு அபாரம்... விஞ்ஞானக் கதைகள் எழுதுறதில நீ ஓர் அசுரன்... கீப் இட் அப்!"

"தாங்க்யூ... என்னுடைய உந்துசக்தியே நீதான் கண்ணம்மா!"

"கல்யாணமாகி இத்னி வருஷமாகியும் பொண்டாட்டிகிட்ட ஜொள்ளு விடுற பாரு... போய் வேலையப் பாரு கண்ணா... இன்னும் கொஞ்ச நேரத்தில் உன் இரு குட்டிக் கொடுக்குகள் வந்திடுவாளுக. அவள்ககிட்டயும் ஜொள்ளுவிடு!"

"நான் பெண்மையின் உபாசகன். ஓம் கேட்ரினா கைப்பாய நமஹ!"

சிரித்தபடி சமையலறைக்குள் போனாள் ஜெருஷா.

டியாரா ராஜ்குமார். துப்பறியும் மார்கண்டேயன். டேக் வான்டோ கராத்தேயிலும் கிக் பாக்ஸிங்கிலும் விற்பன்னன். நின்ஜா கலையில் நிபுணன். துப்பாக்கிகள் சுடுவதில் வல்லவன். பத்து சதவிகிதம் சிம்புவும் பத்து சதவிகிதம் தனுஷ°ம் பத்து சதவிகிதம் சிவாஜியும் பத்து சதவிகிதம் ஜெமினியும் பத்து சதவிகிதம் கார்த்திக் முத்துராமனும் ஐம்பது சதவிகிதம் கமலஹாசனும் டியாராவின் காதல் உணர்வுகளில் கலந்திருக்கிறார்கள்.

"நாங்கள் உள்ளே வரலாமா?" ஒரு ஹஸ்கி குரல் வினவியது.

"யு ஆர் ஆல்வேஸ் வெல்கம் என் கன்னுக்குட்டிகளா!"

முதலில் தேஜஸ்வினி உட்பட்டாள். வயது 32. அபாய வளைவு நெளிவு சுழிவுகளைக் கொண்ட கச்சித உடம்புக்காரி. ஐன்ஸ்டீனின் கொள்ளுப் பேத்தி போல அசாதாரண ஐ.க்யூ. கொண்டவள். எதனையும் புத்தியால் ஜெயிக்க விரும்புபவள்.

அடுத்து ஸிஜா உட்பட்டாள். வயது 36. சுமோ பயில்வான் போல உடல்வாகு. எங்கு வேண்டுமானாலும் யானை போல் புகுந்து தொம்சம் செய்துவிடுவாள். பேச்சுப்போட்டியில்கூட நடுவரை நாலு சாத்து சாத்திவிட்டு வெற்றிக் கோப்பையுடன் ஓடிவந்து விடுவாள்.

"குட்மார்னிங் பாஸ்!"

"குட்மார்னிங் தேஜி, ஸிஜா!"

"என்ன பாஸ், எழுத்துப் பணியா?"

"ஆமா. ஒரு சிறுகதை எழுதி முடிச்சேன்!"

"என்ன கதைக் கரு?"

"தேனீக்கள் இல்லாது நம் உலகம் ஒரு நிமிடம் கூட ஜீவித்திருக்க முடியாது என்கிற கான்செப்ட்..."

"நல்லது. புது கேஸ் ஏதாவது வந்ததா?"

"ஐ ஆம் வெயிட்டிங்!"

"பாஸ்! எனக்கொரு சந்தேகம்!" செந்தில் போல் கேட்டாள் ஸிஜா.

"என்ன?"

"கொரோனா வைரஸ் செயற்கையாக உருவாக்கப்பட்டதா, இயற்கையாக உருவானதா பாஸ்?"

"என்னைப் பொறுத்தவரை கோவிட்19 ஒரு டிசைனர் வைரஸ். அது சீனாவின் வூகான் ஆராய்ச்சிக் கூடத்திலிருந்து தப்பித்ததா அல்லது தப்பிக்க வைக்கப்பட்டதா என்பது மில்லியன் டாலர் கேள்வி. அந்த வைரஸ் சீனர்களை அதிகம் தாக்காமல் பிற நாட்டினரை அதிகம் தாக்குவது போல வடிவமைக்கப்பட்டிருக்கக்கூடும். மூன்று மாதத்திற்கு ஒரு முறை வைரஸ் ம்யூடேட் ஆகும் விதமாக பண்ணப்பட்டிருக்கிறது. இந்த வைரஸ் சீனாவின் சதி என்றால், இந்தத் தடுப்பூசிகள் கார்ப்பரேட்களின் கூட்டுச்சதி. இல்லை என்றால் ஒரு வைரஸ்க்கு 17 விதமான தடுப்பூசிகள் இருக்குமா? ஒரு தடவை போட்டால் போதாது, இரு தடவை போடவேண்டும் என்கிறது ஒரு நிறுவனம். ஒரு நிறுவனம் வருடா வருடம் பூஸ்டர் டோஸ் போடவேண்டும் என்கிறது. இந்த கொரோனாவை வைத்து பல அரசியல் சித்துவேலைகளும் நடக்கின்றன. என்னைப் பொறுத்தவரை கொரோனா இன்னும் பத்து வருடங்களுக்கு நின்று விளையாடும்!"

"உங்களுடைய சதிக் கோட்பாடு என்னை மெய்சிலிர்க்க வைக்கிறது!"

"சீனாவின் உள்நோக்கம்தான் என்ன?"

"உலக நாடுகளின் பொருளாதாரத்தைச் சீர்குலைப்பது ஒன்றே சீனாவின் உள்நோக்கம். இன்னும் பல வைரஸ்கள் சீனாவிடம் இருக்கக்கூடும். இந்த உலகம் அழிந்தால் அது பயோ வாரால்தான் நடக்கும் என நம்புகிறேன்!"

"நீங்க கொரோனா தடுப்பூசி போட்டுக் கொண்டீர்களா பாஸ்?"

"ரெண்டு டோஸ்களும் போட்டுவிட்டேன் நீங்கள்?"

"நாங்களும் போட்டுவிட்டோம்..."

"இருந்தாலும் நாம் கவனமாய் இருப்போம், நான் வாரம் மூன்றுமுறை வீரபாகு கசாயமும் கபசுரக் குடிநீரும் குடிக்கிறேன்!"

"இந்த நூற்றாண்டின் மிகப்பெரிய துயரம் கொரோனா!" - தேஜி.

"கொரோனா பற்றிய என் சந்தேகம் தீர்ந்தது. இந்திய அரசியலின் பரிணாம வளர்ச்சியைப் பற்றிச் சிறுகுறிப்பு வரைக பாஸ்!"

டியாராவின் முகத்தில் கவலை படர்ந்தது.

"தலைகீழ் பரிணாம வளர்ச்சியைத்தான் நான் பார்க்கிறேன். முன்னெப்போதையும் விட எல்லா கட்சி அரசியல்வாதிகளும் சுயதணிக்கை இல்லாமல் அருவருப்பாய் பேசுகிறார்கள். நாட்டின் முன்னேற்றத்தையோ வறுமை ஒழிப்பையோ யாருமே துளி கூட யோசிப்பதில்லை. மக்களும் அரசியல்வாதிகளைத் திருத்த இயலாமல் அவர்களுடன் கோஷ்டி சேருகிறார்கள். மதவெறி தலைவிரித்து ஆடுகிறது. எல்லாருக்குள்ளேயும் தூங்கிக் கொண்டிருந்த மிருகத்தை அரசியல்வாதிகள் தட்டி எழுப்பி விட்டார்கள். அந்த மிருகங்கள் சகட்டுமேனிக்கு எல்லாரையும் கடித்துக் குதறும்!"

"இந்திய அரசியல் ஆரோக்கியப் பாதைக்கு மீள என்ன செய்ய வேண்டும்?"

"தேர்தல் சீர்திருத்தம் தேவை. விகிதாசார பிரதிநிதிதுவம் அவசியம். ஆட்சிக்கு வரும் எந்த அரசும், மக்களின் விருப்பத்தை அறியாமல் கொள்கை முடிவுகள் எடுக்கக்கூடாது. அரசின் செலவீனங்கள் முழுமையாகக் குறைக்கப்பட வேண்டும்.

                    கறுப்பு பூனைக் கூட்டம்

ஜனாதிபதி, கவர்னர் பதவிகள் ஒழிக்கப்பட வேண்டும். எல்லா இலவசங்களும் நிறுத்தப்பட்டு கல்வி, மருத்துவம் மட்டும் இலவசமாக்கப்பட வேண்டும்..."

"அதிகம் பேசுகிறீர்கள் பாஸ்!"

"உண்மையைச் சொன்னேன்!"

"எல்லாவற்றையும் விட மக்கள் அறிவுப்பூர்வமாகச் செயல்பட வேண்டும்... தேஜி"

ஜெருஷா மூன்று மெலாமைன் கோப்பைகளில் காப்பி கொண்டுவந்து வைத்தாள். "முகநூலில் ஓர் ஆசாமி தமிழில் இனி இலக்கியங்கள் எழுதப்படக் கூடாது என்கிறாரே... உங்கள் மூவரின் கருத்து என்ன?"

"அவர் புரியாமல் பேசுகிறார். கற்பனைகள்தான் உலகக் கண்டுபிடிப்புகளின் தாய். சிறுகதை, நாவல், கட்டுரை, கவிதை, தொலைக்காட்சி சீரியல்கள் எல்லாவற்றுக்கும் எழுத்தாற்றலே கச்சாப் பொருள். இலக்கியம் இல்லாத சமூகம் வறண்டு செத்துவிடும்..."

"முகநூலில் எழுதுபவர்களும் போன்ஸாய் எழுத்தாளர்களே... ஒரு நல்ல சிறுகதை மனிதாபிமானத்தின் கிரியா ஊக்கி... வாசிக்கும் சமுதாயம் நனிநாகரிக சமுதாயம்!"

"சுஜாதாவும் ராஜேஷ்குமாரும் எழுத்து விஞ்ஞானிகள்"

வரவேற்பாளினி உள்தொலைபேசியில் அழைத்தாள்.

"குட்மார்னிங் பாஸ்!"

"குட்மார்னிங்!"

"உங்களைத் தேடி ஒரு பெண் வந்திருக்கிறாள்... அழுததழுது அவளின் முகம் வீங்கியிருக்கிறது."

"வர்ணனை செய்யாதே... அவளை உள்ளே அனுப்பு!"

வான்முகில் அரக்கப்பரக்க குளிர்ப்பதனமூட்டப்பட்ட அறைக் கதவைத் திறந்துகொண்டு உள்ளே நுழைந்தாள். "வணக்கம் டிடக்டிவ் சார்!"

கிளுகிளுப்பான ஆங்கில வாசகங்கள் பொறிக்கப்பட்ட டிசர்ட் அணிந்திருந்தாள் வான்முகில். தொடையையும் புட்டத்தையும் இறுக்கிக் காட்டும் ஜீன்ஸ் உடுத்தியிருந்தாள்.

தலைகேசம் அலங்கோலமாய் கலைந்திருந்தது. கண்கள் கம்யூனிஸ்ட் கட்சிக்கொடி நிறம் போல சிவந்திருந்தது.

சோகத்திலும் இளமை மோகவலை விரிக்கிறதே!

"யாரம்மா நீ?"

"என் பெயர் வான்முகில். மாடல் கம் சினி ஆக்டர்!"

"உக்காரம்மா!"

அமர்ந்த வேகத்தில் குலுங்கினாள்!

தேஜிக்கும் ஸிஜாவுக்கும் இடையில் அமர்ந்தாள் வான்முகில்.

"இனி டியாரா கண்களுக்கு நாமிருவரும் தெரியமாட்டோம், ஜீபூம்பா!" முணுமுணுத்தாள் தேஜி.

எழுந்தான் டியாரா. வான்முகிலின் முதுகுக்கு பின் வந்து தட்டிக் கொடுத்தான். "காம் டவுன் வான்முகில். உனக்கென்னம்மா பிரச்சினை?"

தலையைப் பின்னுக்குக் கொண்டு சென்று டியாராவின் மேல் சாய்ந்தாள்.

"என் ஃபிரண்ட், என் பாய் பெஸ்ட்டி காணாமல் போய்விட்டான். அவன் கொல்லப்பட்டுவிட்டதாகக் காவல்துறை சந்தேகப்படுகிறது!"

"உன் பாய் பெஸ்ட்டியின் பெயர் என்ன?"

"சமரன். மாடல் கம் அப் கம்மிங் ஆக்டர்!"

"விசாரிக்க யார் வந்தது?"

"அஸிஸ்டெண்ட் கமிஷனர் தேவா!"

"நல்லது! நீ இனி பேசப் போவது எல்லாவற்றையும் ரிக்கார்ட் செய்யப் போகிறேன்... உனக்கு ஆட்சேபணை ஒன்றும் இல்லையே?"

  கறுப்பு பூனைக் கூட்டம்

"இல்லை!"

"முதலில் காணாமல் போன சமரனின் புகைப்படம் இருந்தால் கொடு!"

எடுத்துக் கொடுத்தாள்.

வாங்கிப் பார்த்தான், "இளவயது அஜீத்குமார் மாதிரி இருக்கிறான்!"

அழுதாள்.

ரிக்கார்டரை ஆன் செய்தான் டியாரா.

"என்ன சூழ்நிலையில் சமரன் காணாமல் போனான் என்பதனை விவரி!"

பூனைக் கனவிலிருந்து டாக்டர் செண்பாவிடம் ஆலோசனை பெறப் போனதுவரை விவரித்தாள் வான்முகில்.

"யாராவது கடத்திக்கொண்டு போய் பணயத்தொகை கேட்பார்களோ?" - தேஜி.

"யார் கூடவாவது ஓடிப் போய்ட்டானா சமரன்?"

இரண்டு பெண்களையும் அடக்கினான் டியாரா. "கண்ட்ரோல் யுவர் வைல்ட் இமாஜினேஷன்ஸ்... வான்முகில்! டோண்ட் ஒர்ரி... ஐ வில்டேக் திஸ் கேஸ்... கேஸின் ஆரம்ப நிலையில் சமரன் உயிருடன் இருப்பான் என்கிற கேரண்டியை என்னால் தரமுடியாது!"

குலுங்கிக் குலுங்கி அழுதாள்.

"சமரனின் வீட்டு முகவரி கூறு. அவனுடைய கைப்பேசி எண், அவனுடைய தாயாரின் கைப்பேசி எண், உன்னுடைய கைப்பேசி எண் கொடு!"

பெற்றுக் கொண்டான்.

"நாளை காலை சமரனின் வீட்டுக்கு வருகிறேன். என்னுடைய கழுகுக் கண்களுக்கு எந்த அலிபியும் தப்பாது!"

வான்முகில் கிளம்பினாள். "உன்னால் போக முடியுமா, அல்லது என் உதவியாளினிகளை கொண்டுவந்து உன்னை விடச் சொல்லவா?"

"நோ ப்ராப்ளம்... நான் போய்க் கொள்கிறேன்!" வான்முகில் கிளம்பினாள்.

நள்ளிரவு ஓர் உருவம் டியாராவின் பங்களாவுக்குள் பிரவேசித்தது. ட்ராங்குலைஸர் துப்பாக்கி வைத்து நாயைச் சுட்டது. நாய் மயங்கியது. நாயின் மூக்கின் வழியே ஒரு குழாய் விட்டு மூளையை உறிஞ்சித் துப்பியது. வயிற்றைக் கிழித்து உள்ளுறுப்புகளை அகற்றித் தைத்தது. கல் உப்பு ஈஷிய பேண்டேஜ் துணி வைத்து நாயைச் சுற்றியது.

மம்மிபிகேஷன் செய்யப்பட்ட நாயின் உடலை வீட்டு வெளிவாசலில் வைத்துவிட்டு காணாமல் போனது உருவம்!

━━━◦○◦━━━

            கறுப்பு பூனைக் கூட்டம்

12

யுவதியின் சாயல்
குழந்தைக்குரல்
பூனைக்குள்
துடிப்பதோ
புலியின் இதயம்.
   – ரமீஸ் பிலாலி

விடியற்காலை.

யோகா செய்ய எழுந்தான் டியாரா.

வெளிவாசலுக்கு வந்து மெதுவாக சீழ்க்கை அடித்தான். "மூஷி!" நாய் துள்ளிக்குதித்து ஓடிவந்து அவனின் கால்களை நக்கவில்லை. கேள்விக்குறியுடன் தேட ஆரம்பித்தான்.

கீழே...

சாம்பல் நிறத்தில் ரத்த கொதகொதப்புடன் ஒரு *150* கிராம் வஸ்து கிடந்தது. குனிந்து உன்னித்தான்.

மூளைப் பகுதியோ?

எதனுடைய மூளை?

யோசித்தபடி இன்னும் சிறிது தூரம் நடந்தான். நுரையீரல் மற்றும் குடல் பகுதிகள் கிடந்தன.

டியாராவுக்கு பொறி தட்டியது.

மூஷிக்கு எதுவோ ஆகியுள்ளது!

பத்தடி தூரம் நடந்ததும் அது கண்ணில் பட்டது. மம்மிபிகேஷன் செய்யப்பட்ட மூஷி!

வீறிட்டான், "மூஷி!"

ஓடிப்போய் தூக்கினான். நெஞ்சோடு அணைத்துக்கொண்டு கதறினான். "என் செல்லத்தை யார் கொன்றது? ஓ காட்!"

ஜெருஷாவும் நிலாமகனும் ஓடிவந்தனர். பேண்டேஜ் சுற்றிய நாயைப் பார்த்துவிட்டனர். வீறிட்டனர்.

"டாமிட்!" தரையைக் காலால் உதைத்தான் நிலாமகன்.

கண்களில் வழியும் கண்ணீரை துடைத்துக்கொண்டு காவல்துறைக்கு தொலைபேசினான் டியாரா. அடுத்த அரைமணி நேரத்தில் காவல்துறை ஒரு கால்நடை மருத்துவருடன் வந்து சேர்ந்தது.

கால்நடை மருத்துவர் மூஷியைப் பரிசோதிக்க ஆரம்பித்தார்.

"டியாரா! உங்களது நாயை மம்மிபிகேஷன் செய்தவர்கள் மம்மிபிகேஷன் செய்வதில் நிபுணர்கள். மூளையை உறிஞ்சி அகற்றிய விதமும் உடல் உள்ளுறுப்புகளை அகற்றிய விதமும் பிரமிப்பூட்டுகிறது. பேண்டேஜில் ரெஸினும் கல்உப்பும் பயன்படுத்தியிருக்கிறார்கள். வந்தவர்களுக்கு நாயை மம்மிபிகேஷன் பண்ணுவது நோக்கமல்ல, உங்களை பீதியூட்டுவதே நோக்கம்!"

சோகத்துடன் தலையாட்டினான் டியாரா.

"உங்களது நாயைக் கொல்வதற்கு முன் மயக்க துப்பாக்கி பயன்படுத்தி மயக்கப்படுத்தியிருக்கிறார்கள். பண்டைய எகிப்தில் ஒரு நபரை மம்மிபிகேஷன் செய்வதற்கு முன் சில நடைமுறைகளைப் பின்பற்றுவார்கள். மரணத்தை பொதுவில் அறிவிப்பார்கள். பிரேதத்தைப் பதனமூட்டுவர். மூளையை அகற்றுவர். உள்ளுறுப்புகளை அகற்றுவர். உடலை கல்உப்பு கொண்ட துணியால் சுற்றுவார்கள். துணி சுற்றப்பட்ட பிரேதத்தை ஈரப்பதம் இல்லாத இடத்தில் பாதுகாப்பர்!"

ஏற்கனவே தெரிந்திருந்தாலும் புதிதாகத் தெரிந்துகொண்டது போல தலையாட்டினான் டியாரா.

"உலகின் பத்து பழைமையான மம்மிகள் பற்றிக் கூறுகிறேன். நிவேடாவில் 9400 வருடங்கள் பழைமையான

　　　　　　　　கறுப்பு பூனைக் கூட்டம்

ஸ்பிரிட்கேவ் மம்மி கண்டுபிடிக்கப்பட்டது. அதனையடுத்து பழைமையான மம்மிகள் சிலியின் சின்ஸோரோ இடத்தில் கண்டுபிடிக்கப்பட்டன. ஆஸ்திரியாவில் ஓட்ஸி எனும் பனிமனிதனின் மம்மி கண்டுபிடிக்கப்பட்டது. எகிப்தில் இரண்டாம் ரமீஸஸ், லேடி ராய், டியூடன்காமுன் ராஜா, முதலாம் அமன்ஹோடெப் மம்மிகள் எகிப்தில் கண்டுபிடிக்கபட்டன.''

''இதெல்லாம் ஏன் என்னிடம் கூறுகிறீர்கள்?'' எனப் பார்த்தான் டியாரா.

போஸ்ட்மார்ட்டம் ரிப்போர்ட் தயாரித்து காவல்துறையிடம் அளித்தார், கால்நடை மருத்துவர்.

''என் ஆழ்ந்த அனுதாபங்கள் டியாரா... நான் கிளம்புகிறேன்!''

நாயின் சடலம் அப்புறப்படுத்தப்பட்டது.

தேஜி, ஸிஜா வந்து சேர்ந்தனர்.

''நேற்றுதான் சமரன் காணாமல் போன வழக்கை நம்மிடம் ஒப்படைத்துவிட்டுப் போனாள் வான்முகில். அதற்குள் இந்தச் சம்பவம் நடந்திருக்கிறது!''

''உன் நாயைக் கொன்று உன்னைப் பயமுறுத்துகிறார்களா? உன்னைப் பயமுறுத்த இன்னொருவன் இனிமேல்தான் பிறந்து வரணும்!''

''இது மாதிரி பண்ணினால் டியாரா இன்னும் ஆழமாக கேஸில் குதிப்பார் என அவர்களுக்குத் தெரியவில்லை!''

மூஷியைத் தோட்டத்திலேயே புதைத்தார்கள். புதைத்த மேட்டின் மேல் ஒரு பூச்செடி நடப்பட்டது.

மன இறுக்கத்துடன் குளித்துத் தயாரானான் டியாரா.

* * * *

அழுது பொருமியபடி கதவை திறந்துவிட்டாள் சமரனின் அம்மா மஞ்சுளா.

''வணக்கம் அம்மா!''

"வணக்கம்!"

"நான் டிடக்டிவ் டியாரா ராஜ்குமார். காணாமல் போன உங்களின் மகனைக் கண்டுபிடித்துக் கொடுக்க வந்திருக்கிறேன்!"

"நீயாவது என் மகன் கொல்லப்படவில்லை என கூறுவது எனக்கு பெருத்த ஆறுதல்!"

"நீங்களும் உங்கள் மகனும் படுத்திருந்த படுக்கையறைக்கு என்னை அழைத்துச் செல்லுங்கள்!"

கூட்டிச் சென்றாள் அம்மா.

இரு கைகளிலும் கையுறை மாட்டிக்கொண்டான். முகத்தில் முக உறை. 400 சதுரஅடியில் அந்தப் படுக்கையறை கட்டப்பட்டிருந்தது.

வோல்டாஸ் ஏ.சி. பொருத்தப்பட்டிருந்தது.

அறையின் சுவர்கள் பிங்க் நிறத்தில் பளபளத்தன.

அறையின் நான்கு இடங்களில் குழி தோண்டப்பட்டிருந்தன. குழியைச் சூழ்ந்து மண் குவிந்திருந்தது. கடப்பாரை உபயோகிக்கப்படவில்லை. எலி வளை தோண்டியது போலவே தெரிந்தது.

புகைப்படம் எடுத்தான் டியாரா.

படுக்கையில் ஓர் ஆள் படுத்திருந்ததுபோல ஒரு குழிவு காணப்பட்டது. அந்தக் குழிவை வருடினான். அதனைப் புகைப்படம் எடுத்தான்.

படுக்கையில் இருந்த மெத்தைகளைச் சுருட்டினான்.

மெத்தைக்கு அடியில் ஏதாவது இருக்கிறதா எனத் துழாவினான். நிறைய காய்ந்த தேங்காய் பத்தைகள் இறைந்து கிடந்தன. எலிப் புழுக்கைகளும் காணப்பட்டன.

அறையில் ஜன்னல்கள் இல்லை.

கழிவறைக்குப் போனான் டியாரா.

     கறுப்பு பூனைக் கூட்டம்

கழிவுநீர் குழாயைக் கடித்துக் குதறியது போல பல் தடயம் இருந்தது.

யூரோப்பியன் கிளாசெட்டுக்குள் எட்டினான். இரு பல்லிகள் வெருண்டோடின. ஏழெட்டு கரப்பான்கள் பறந்தன. ஒரு பெரிய முரட்டுத் தவளை 'ரொக் ரொக்' என்று சப்தம் எழுப்பியது.

வென்டிலேட்டரை உன்னித்தான்.

ஓர் ஆள் வெளியே இருந்து உள்ளே வர வாய்ப்பில்லை. ஒரு பூனை உள்ளே வரலாம். வென்டிலேட்டர் இருந்த சுவரை வெறித்தான் டியாரா.

சுவரில் சிறு காலடித் தடயம் காணக்கிடைத்தது.

வென்டிலேட்டரிலிருந்து இறங்கி கிளாசெட்டில் குதித்து தரைக்கு தாவி இருக்குமோ ஒரு பூனை? சமரனின் பூனைக் கனவு பின்னாளில் அவன் காணாமல் போவதற்கான கட்டியமோ?

மீண்டும் படுக்கைக்கு வந்தான்.

கட்டிலுக்கடியில் ரத்தம் கருஞ்சிவப்பாய் உறைந்திருந்தது.

சமரனின் காயத்திலிருந்து ரத்தம் வெளியேறி இருந்தால் அதனில் அட்ரினலின் கலந்திருக்கும். இல்லை என்றால் யாராவது சிரிஞ்சில் சேகரித்த ரத்தத்தை கட்டிலுக்கடியில் குட்டை அமைத்திருப்பார்களோ?

இது மனித ரத்தமா?

பூனையின் ரத்தமா?

எலியின் ரத்தமா?

அல்லது எல்லாம் கலந்த கலவையா?

கருஞ்சிவப்பு ரத்தத்தை புகைப்படம் எடுத்தான். அறை முழுக்க ஆதாரம் தேடினான். மற்ற அறைகளிலும் தடயத்தைத் தேடினான்.

பக்கத்து வீட்டு நபரை அழைத்தான் டியாரா.

"உங்களது பெயர் என்ன?"

சொன்னார்.

"எத்தனை வருடமாக இங்கு இருக்கிறீர்கள்?"

"இருபது வருடங்களாக!"

"சொந்த வீடா, வாடகை வீடா?"

"சொந்த வீடு!"

"மஞ்சுளாம்மா, சமரனோடு பேசுவீர்களா?"

"சில பல முறை பேசியிருக்கிறேன்!"

"உங்களுக்கும் அம்மா, மகனுக்கும் உறவுமுறை எப்படி?"

"சமரன் என்னைப் பார்த்தால் புன்னகைப்பார். நான் அவரைப் பார்த்தால் புன்னகைப்பேன். எங்களுக்குள் எந்தப் பிரச்சினையும் இருந்ததில்லை!"

"அம்மாவுக்கு மகனுக்கும் சண்டை வந்து பார்த்திருக்கிறீர்களா?"

"இல்லை!"

"சமரன் வீட்டுக்கு அந்நியர்கள் யாராவது வருவார்களா?"

"ஒரு பெண்தான் அடிக்கடி வருவாள். அவள் பெயர் வான்முகில்!"

"சமரன் மனநிலை சரியில்லாதவரா?"

"இல்லை... அவர் மிகவும் புத்திசாலி இளைஞன்!"

"முந்தா நேத்து இரவு அவர் வீட்டுக்கு யாராவது வந்தார்களா?"

"வந்தது மாதிரி தெரியவில்லை!"

"ஏதாவது அலறல் சப்தம்?"

"எதுவும் கேட்கவில்லை!"

"சமரனும் வெளியாளும் சண்டை போட்டுக்கொள்ளும் சப்தம் கேட்டதா?"

   கறுப்பு பூனைக் கூட்டம்

"இல்லை!"

"உங்கள் வீட்டில் பூனை வளர்க்கிறீர்களா?"

"வளர்க்கவில்லை... லவ் பேர்ட்ஸ் வளர்க்கிறோம்... தொட்டியில் தங்கமீன் வளர்க்கிறோம்... பூனைக்கும் சமரன் காணாமல் போனதற்கும் என்ன தொடர்பு?"

"சாதாரணமாகக் கேட்டேன்!"

"வேறு ஏதாவது கேள்விகள் இருக்கிறதா?"

"ஏதாவது தகவல்கள் தெரிந்து மறைக்கிறீர்களா?"

"நான் ஏன் மறைக்க வேண்டும்?"

"சமரன் வேறு யாரையும் காதலிக்கிறாரோ எனச் சந்தேகப்பட்டு வான்முகில் அவரோடு சண்டை போட... சண்டை முற்றி, சமரனை வான்முகில் தாக்கிக் கொன்றுவிட்டாரோ... சமரனின் சடலத்தை சமரனின் வீட்டுத் தோட்டத்தில் வான்முகில் புதைத்திருப்பாரோ?"

சிரித்தார் எதிர்வீட்டுக்காரர். "நன்றாகக் கதை கட்டுகிறீர்கள் டிடக்டிவ் சார்... நீங்க சொல்றமாதிரி நடக்க வாய்ப்பே இல்லை!"

"சமரனின் தந்தையைக் கொன்ற கொலையாளி இப்ப வெளிலதான் இருக்கிறார். அவர் சமரனைக் கொன்றிருக்க கூடுமோ?"

"சமரனின் தந்தை கொலை செய்யப்பட்டார் என்பதே எனக்குப் புதிய செய்தி. அப்படி யாரும் சமரனின் வீட்டுக்கு வந்ததாக எனக்குத் தெரியவில்லை!"

பேசிக் கொண்டிருக்கும்போதே ஓர் உருவம் தூரத்தில் நின்றிருப்பதை டியாரா பார்த்துவிட்டான். அந்த உருவத்துக்கு சிங்க உடலும் மனித தலையும் இருந்தது.

பேச்சை விட்டுவிட்டு உருவத்தை நோக்கி பாய்ந்தான் டியாரா.

உருவம் சுவர்களில் ஏறி தாவி மறைந்தது!

தோள்களை குலுக்கி 'பச்' என்றான் டியாரா. பற்களை நறநறவெனக் கடித்து, "டாமிட்! டாமிட்!" கத்தினான். டியாராவைச் சுற்றி அமானுஷ்யம் தலை விரித்து 'தய்யாதக்கா' என ஆடித் தீர்த்தது!

கறுப்பு பூனைக் கூட்டம்

13

வட்டத்தில்
இரண்டு காதுகள் வரைந்து
கோடுகளால்
மீசையிழுத்தாள்...
செல்லம்மாவிடம்
ஸ்நேகமாய் விளையாட ஆரம்பித்தது
கார்ட்டூன் பூனை
  – முகமது பாட்சா

டியாரா, தேஜி, ஸிஜா மூவரும் வட்டமாய் அமர்ந்திருந்தனர்.

"தேஜி! நேற்று நான் பார்த்த உருவத்துக்கு சிங்கத்தின் உடலும் மனித தலையும் இருந்தது!"

"நீ பார்த்த உருவம் எகிப்திய துர்தேவதை ஸ்பிங்ஸாக இருக்கும்!"

"எகிப்தின் கிஸா நகரத்தில் ஸ்பிங்ஸ்க்கு பிரமாண்டமாக சிலை நிறுவப்பட்டிருக்கிறது!"

"ஸ்பிங்ஸ் பார்ப்பவர்களிடம் எல்லாம் புதிர் போடும். புதிருக்குப் பதில் சொல்லாதவர்களைக் கொல்லும். அது ஒரு கொடூர ஐந்து!"

"மூவாயிரம் வருடம் பழைமையான ஸ்பிங்ஸ் தற்சமயம் நடமாட வாய்ப்பிருக்கிறதா?"

"ஏன் இல்லை? லட்சம் சதவீதம் வாய்ப்பிருக்கிறது!"

"சமரன் காணாமல் போன வழக்கில் ஸ்பிங்ஸ் மூக்கை நீட்டுகிறதே... அதனால் நமக்கென்ன செய்தி சொல்லப்படுகிறது?"

"அவசரப்படாதே... இப்பதான் ஆயிரம் ஜன்னல் உள்ள மர்ம மாளிகையில் ஒரு ஜன்னல் திறந்திருக்கிறது!"

"இனி இந்த கேஸில் டன் கணக்கில் மர்மமும் திகிலும் அமானுஷ்யமும் பொங்கி வழியும்!"

"எகிப்து கடவுள்கள் லிஸ்ட் பார்ப்போமா?"

"பட்டியலிடு, கேட்போம்..."

"முதலை தலை கொண்ட ஸோபெக், கொக்கு தலை கொண்ட தோத், பாம்புகளின் தந்தை ஜெப், ஸெட், ஹோரஸ், ஐஸிஸ், நரி தலை கொண்ட அனுபிஸ், சூரியக் கடவுள் ரா, மரணக் கடவுள் ஓசைரிஸ், பாஸ்டெட், அமுன்ரா, செப்மெட், மந்திர தந்திரங்களில் ஈடுபடுவோர் இந்தத் தெய்வங்களின் உதவிகளை நாடுகிறார்கள்!"

"இந்தத் தெய்வங்கள் எல்லாம் கற்பனை இல்லையா?"

"யார் சொன்னது? எகிப்தின் கெய்ரோவில் நூற்றுக்கணக்கான மாந்திரீகர்கள் மேற்சொன்ன தெய்வங்களை வைத்துத்தான் பிழைப்பை நடத்துகிறார்கள்!"

"தமிழ்நாட்டிலும் எகிப்தின் துர்தெய்வங்களை வைத்து சிலபல மாந்திரீகர்கள் பிழைப்பை நடத்துகிறார்களோ?"

"மே பி ஆர், மே நாட் பி..."

"நான் விசாரணையில் ஈடுபட்டுக் கொண்டிருக்கும்போது ஸ்பிங்ஸ் ஏன் என் கண்ணில் பட வேண்டும்? என் கண்ணில் படாமல் மறைந்து நின்று என்னை உளவறிந்திருக்கலாமே?"

"ஆவிகள் எல்லார் கண்களுக்கும் தெரிவதில்லை. விசேஷமாக சிலருக்குத்தான் ஆவிகளைப் பார்க்கும் வாய்ப்பு கிடைக்கிறது!"

"இல்லை... இருட்டில் யாரோ நின்றுகொண்டு என்னைப் பார்த்து கண்ணடிக்கிறார்கள்!"

"பறக்கும் முத்தம்கூட அனுப்புவார்கள்... இரு கன்னங்களிலும் ஈரம் படியப் படிய வாங்கிக்கொள்..."

"மகிழ்ச்சி!"

"சமரன் காணாமல் போன வழக்கில் வெளவால்கள் பறக்கின்றன. ஓநாய்கள் ஊளையிடுகின்றன. மண்ணுள்ளிப் பாம்புகள் ஊர்கின்றன. சுவர்க் கோழிகள் ரிக்ரிக்குகின்றன!"

ஸிஜா தலையாட்டினாள்.

"ஸ்பிங்ஸ் என் கையில கிடைச்சா, சிங்க உடலில் இருந்து மனிதத் தலையைப் பிடுங்கி எறிந்துவிடுவேன்... நான் கும்மாங்குத்து சார்பட்டா பரம்பரைடா..." ஸிகார் தவான் போல தொடை தட்டினாள்.

"நமது விவாதம் நாளை தொடரும்... நான் அஸிஸ்டெண்ட் கமிஷனர் தேவாவைச் சந்திக்கக் கிளம்புகிறேன்!"

"ஓ. கே. தலைவா!" என்றாள் ஸிஜா.

* * * *

காரைச் செலுத்தினான் டியாரா.

பழைய தமிழ்ப் பாடல்கள் ரசித்துக் கேட்டான்.

அலுவலகத்தின் முன் காரை நிறுத்தி இறங்கினான் டியாரா.

தேவா எழுந்து வரவேற்றார். "ஹாய் டியாரா!"

"ஹாய் தேவா!"

"என்ன பண்ணிக்கிட்ருக்கீங்க?"

"சாலிகிராமம் இமாம் கஸ்ஸாலி ட்ரோன் வைத்து கொல்லப்பட்டதையும், சிட்டி அவுட்டரில் ஹெலியும் ஜீப்பும் மோதி வெடித்ததில் நான்கு பேர் மரணத்தையும் துப்பு துலக்கிக் கொண்டு இருக்கிறேன்!"

"இமாம் கஸ்ஸாலி திட்டமிட்டுக் கொல்லப்பட்டாரா?"

"இல்லை... என் யூகிப்பைச் சொல்கிறேன்... ஜீப்பில் இரண்டு தீவிரவாதிகள் வந்து இறங்குகின்றனர். இருவரில் ஒருவனின் கையில் ஏ.எப்.டி ஹெலிகாப்டர் ட்ரோன். அந்த ட்ரோனை நாலிருந்து எட்டு கிலோமீட்டர் தூரத்திலிருந்து இயக்கலாம். சிலவகை ட்ரோன்களை இருபது கி.மீ. தூரத்திலிருந்துகூட

இயக்கலாம். இந்த ட்ரோன்களை சுருக்கமாக யு.ஏ.வி. என்பர். சுருக்கத்தை விரித்தால் அன்மேன்டு ஏரியல் வெக்கிள் என்கிற வாக்கியம் கிடைக்கும். ட்ரோனை இயக்கி லெப்டினென்டை கொல்ல முயற்சிக்கின்றனர். கைதவறுதலாக இமாம் கஸ்ஸாலி சிதறடிக்கப்படுகிறார்!"

"தென்?"

"அதன்பின் இரு தீவிரவாதிகளும் ஜீப்பில் ஹெலி நோக்கி விரைகின்றனர். ஏதோ ஒரு மூன்றாவது கை குறுக்கிட்டு ஜீப் ஹெலி மீது மோதி வெடிக்கிறது. ஜீப்பிலிருந்த இருவரும் ஹெலியில் இருந்த இருவரும் எலும்புக்கூடுகளாய் கரிந்து போகின்றனர்."

"ஏறக்குறைய உங்க யூகிப்பு சரி!"

"இமாம் கஸ்ஸாலியை சமரன் அண்ட் கோ சந்தித்துப் போன பின்தான் இமாம் கஸ்ஸாலி கொல்லப்பட்டிருக்கிறார்!"

"கஸ்ஸாலி கொலையிலும் ஜீப், ஹெலி ஆசாமிகள் கருகிச் செத்ததிலும் அமானுஷ்யம் பொங்கி வழிகிறது! சதுரங்க ஆட்டத்தில் காய்கள் நகர்த்துவது போல நடந்த இரு சம்பவங்களில் காய்கள் நகர்த்தப்பட்டுள்ளன..."

தேவா ஆமோதித்தார்.

சமரனின் வீட்டில் விசாரிக்கப் போனபோது நடந்த சம்பவங்களை விவரித்தான் டியாரா.

"எனக்கு ஒரு விஷயம் தெள்ளத் தெளிவாகிறது!"

"என்ன?"

"சமரன் கொல்லப்படவில்லை, கடத்தப்பட்டிருக்கிறார். மிகமிகப் பாதுகாப்பான இடத்தில் தங்கியுள்ளார்!"

"என்ன காரணத்துக்காக சமரன் கடத்தப்பட்டிருப்பார்?"

"தெரியவில்லை. இனிதான் கண்டுபிடிக்கவேண்டும்."

"கண்டுபிடிப்போம்!"

"எனக்கு ஒரு யோசனை தோன்றுகிறது!"

"என்ன?"

"கடந்த ஆறுமாதங்களில் சென்னையில் காணாமல் போனவர்கள் எத்தனை பேர்?"

துணை அதிகாரியை அழைத்து ஆணை பிறப்பித்தார் தேவா.

அடுத்த அரைமணி நேரத்தில் ஸ்டேட்மெண்ட் வந்தது.

01.01.2021லிருந்து 30.06.2021 வரை காணாமல் போனவர்கள் எண்ணிக்கை...

ஆண்கள் - 2456 பேர்

1 வயதிலிருந்து 5 வயதுவரை உள்ளோர் – 842 பேர்

6 வயதிலிருந்து 10 வயதுவரை உள்ளோர்- 326 பேர்

11 வயதிலிருந்து 15 வயதுவரை உள்ளோர் – 146 பேர்

16 வயதிலிருந்து 20 வயதுவரை உள்ளோர் – 84 பேர்

21 வயதிலிருந்து 25 வயதுவரை உள்ளோர் – 72 பேர்

26 வயதிலிருந்து 40 வயதுவரை உள்ளோர் – 90 பேர்

41 வயதிலிருந்து 60 வயதுவரை உள்ளோர் – 450 பேர்

61 வயதுக்கு மேற்பட்டோர் – 446 பேர்

பெண்கள் – 3875 பேர்

1 வயதிலிருந்து 5 வயதுவரை உள்ளோர் – 1060 பேர்

6 வயதிலிருந்து 10 வயதுவரை உள்ளோர் – 640 பேர்

11 வயதிலிருந்து 15 வயதுவரை உள்ளோர் – 742 பேர்

16 வயதிலிருந்து 20 வயதுவரை உள்ளோர் – 540 பேர்

21 வயதிலிருந்து 25 வயதுவரை உள்ளோர் – 248 பேர்

26 வயதிலிருந்து 30 வயதுவரை உள்ளோர் – 320 பேர்

31 வயதிலிருந்து 40 வயது வரை உள்ளோர் – 210 பேர்

41 வயதிலிருந்து 60 வயதுவரை உள்ளோர் – 128 பேர்

61 வயதுக்கு மேற்பட்டோர் – 307 பேர்

டியாரா அறிக்கையை வாசித்து முடித்துவிட்டு நிமிர்ந்தான்.

"ஒரு வயதிலிருந்து ஐந்து வயது வரை உள்ள ஆண் குழந்தைகள் அதிகம் காணாமல் போவது ஏன்?"

"குழந்தை இல்லாதவர்கள் மருத்துவமனையில் திருடுகிறார்கள். பிச்சை எடுக்க வைக்கப்படுவதற்காக ஆண் குழந்தைகள் அதிகம் கடத்தப்படுகின்றன. காதல் காரணமாக 16 வயதிலிருந்து இருபது வயதுக்கும் உட்பட்ட ஆண்கள் காதலிக்கும் பெண்களுடன் கூட்டாகக் காணாமல் போகின்றனர்!"

"பெண் குழந்தைகள் அதிகம் எந்த வயதில் காணாமல் போகிறார்கள் தேவா?"

"ஒரு வயதிலிருந்து ஐந்து வயதுவரை உள்ள பெண் குழந்தைகள் பிச்சை எடுக்க வைப்பதற்காகக் கடத்தப்படுகின்றனர். பத்து வயதிலிருந்து இருபது வயது வரை உள்ள பெண்கள் விபசாரத்தில் ஈடுபடுத்தக் கடத்தப்படுகின்றனர். பதினாறு வயதிலிருந்து 25 வயதுவரை உள்ள பெண்கள் காதல் காரணமாகக் காணாமல் போகின்றனர். 35 வயதிலிருந்து 40 வயதுக்கு உட்பட்ட பெண்கள் கள்ளக்காதலால் காணாமல் போகின்றனர்!"

"ஓவ்!"

"கடத்தப்படும் பருவப்பெண்கள் பெரும்பாலானோர் கற்பழிக்கபட்டு கொல்லப்படுகின்றனர். ரேப் அண்ட் மர்டர் விக்டிம்கள் அதிகம்!"

"மை காட்!"

"காதலனுடன் ஓடிப் போகிறவர்கள் நிறையப் பேர் ஆணவக்கொலை செய்யப்படுகின்றனர்!"

"எனக்கு ஒரு குறிப்பிட்ட தகவல் வேண்டும் தேவா!"

"என்ன?"

                                     கறுப்பு பூனைக் கூட்டம்

"24 வயதிலிருந்து 26 வயதுக்குள் உள்ளோர் காணாமல் போன ஆண்கள் பட்டியல் புகைப்படத்துடன் தேவை!"

"எதற்கு?"

"கொடுங்கள்... சில தகவல்களை ஒப்பிட்டுப் பார்த்துவிட்டுச் சொல்கிறேன்!"

துணை அதிகாரி அடுத்த பதினைந்து நிமிடங்களில் தகவல் அறிக்கையை நீட்டினார்.

அதில் -

1. ரவிகாந்த் – வயது 24 - பன்னாட்டு நிறுவனத்தில் மென்பொருள் பொறியாளர்

2. சந்திரபிரபா – வயது 24 - டிவி சீரியல் நடிகன்

3. தேவபுத்தன் – வயது 25 – கல்லூரி துணைப் பேராசிரியர்

4. முத்து ஆனந்த் – வயது 25 - எழுத்தாளர்

5. கவிநேசன் – வயது 25 - மின் இதழ் ஆசிரியர்

6. ஹெர்ப்ர்ட் தேவதாஸ் – வயது 25 – ப்ரீலான்ஸ் ஓவியர்

7. மோகன்குமார் – வயது 25 – உயர்நீதிமன்ற வழக்கறிஞர்

8. சின்ன கலிலியோ – வயது 25 - ஆவணப்படம் எடுப்பவர்

9. அப்துல் வஹாப் – வயது 25 - கல்வெட்டு ஆராய்ச்சியளார்

10. மஹாலிங்கம் – வயது 25 - ஓலைச்சுவடி ஜோசியர்

11. பிரசாத் – வயது 25 - ஆர்க்கிடெக்ட்

12. நாதன் – வயது 25 - குறும்பட இயக்குநர்

13. சேரலாதன் – வயது 25 - தெருக்கூத்து கலைஞர்

14. ஜம்புலிங்கம் – வயது 25 - சுற்றுலா மைய அதிகாரி

15. பாஸ்கர் – வயது 25 - பல் மருத்துவர்

16. பழனிவேந்தன் – வயது 26 – முதுகலை இதய மருத்துவ
மாணவன்

அறுபதாவது ஆணாக சமரனின் பெயர் காணப்பட்டது. பெயரின்
மீது எதுவோ சொட்டியது. நொடியில் பெயர் ரத்தச் சிவப்பில்
ஊறி பளபளத்தது!

⸺◦◦⸺

கறுப்பு பூனைக் கூட்டம்

14

பூனையை
உள்ளே வைத்துப் பூட்டிவிட்டு
வெளியே பாய்ந்தோடுகிறீர்கள்.
உங்களை
வெளியே தள்ளிச் சாத்திவிட்டு
உள்ளே பதுங்கும் பூனைக்கு
புத்தரின் சாயல்
– வலங்கைமான் நூர்தீன்

ரத்தம் ஊறிய சமரனின் பெயரை வருடினான் டியாரா.

மைக்ரோ நொடி இடைவெளியில்...

ரத்தம் காற்றால் உறிஞ்சப்பட்டு மறைந்தது.

கண்களை அகட்டி விரித்துப் பார்த்தான். "எல்லாமே நொடி நேர கண்கட்டு வித்தைகள்! காட்டுவது போல காட்டி மறைப்பதுபோல மறைக்கப்படுகிறது திகில் பிரேம்கள்!"

டியாரா பேசுவது தேவாவுக்குப் புரியவில்லை.

"எனிதிங் அப்நார்மல்?"

"ஹியர் எவரிதிங் இஸ் அப்நார்மல். ஓகே... நாம் பேச வேண்டியதைப் பேசுவோம் தேவா!"

"சொல்லுங்க டியாரா!"

காணாமல் போன அறுபது பேர்களின் புகைப்படங்களைப் பெரிதுபடுத்திப் பார்த்தான்.

"புகைப்படங்களில் என்ன தெரிகிறது?"

"நன்கு கவனித்துப் பாருங்கள்... காணாமல் போன இந்த வாலிபர்கள் அனைவருமே ஆணழகர்கள். இவர்களைப் பார்த்தால் சக ஆண்களே இச்சிப்பர்..."

"போட்டோஜெனிக் பேஸஸ்!"

"இந்த அறுபது பேரில் 45 பேர் அழகிய குறும்தாடி வைத்திருக்கிறார்கள்!"

"தாடி, சோம்பேறிகளின், காதல் தோல்வி, ஆண்களின், மதவாதிகளின் அடையாள அட்டைகள் அல்ல. துள்ளத் துடிக்கும் ஆண்களின் அடையாளம். தமிழ்டி.வி. சிரீயல்களைப் பாருங்கள்... தாடி இல்லாத நடிகர்களே கிடையாது. முன்னே எல்லாம் கல்யாண மாப்பிள்ளைகள் மொழுமொழுன்னு ஷேவ் பண்ணி க்ளாஸ்கோ பேபி மாதிரி இருப்பாங்க. இப்ப என்னடான்னா பத்து நாள் தாடியோட ரஃப்பாக காட்சியளிக்கிறார்கள்!"

"ஆண் மயிலுக்கு தோகை அழகு, ஆண் மக்களுக்கு தாடி அழகு!"

"சமரனுக்கு தாடி உண்டா?"

"உதயநிதி ஸ்டாலின் ஸ்டைலில் தாடி உண்டு!"

"நான் இப்ப ஒரு காரியம் செய்யப்போகிறேன்!"

"என்ன காரியம்?"

"இந்த அறுபது பேர்களில் மூவரை ராண்டமாக தேர்ந்தெடுக்கப் போகிறேன்... மூவரின் குடும்பப் பின்னணிகளை மூவரின் பெற்றோர்களை ஆழ அகலமாக விசாரிக்கப்போகிறேன்!"

"விசாரித்து..."

"விசாரித்தால் அறுபது பேர் காணாமல் போனதின் குற்ற நோக்கம் புரிபடும்!"

டியாரா 15ஆவது 27ஆவது 49ஆவது நபர்களைத் தேர்ந்தெடுத்தான்.

பதினைந்தாவது நபரின் முதல் தகவல் அறிக்கையை வாசித்தான் டியாரா.

அதில்-

முதல் தகவல் அறிக்கை சி. *8933697*

1. மாவட்டம்: சென்னை மடிப்பாக்கம் காவல் நிலையம்

2. சட்டம் : கடத்தல் மற்றும் காணாமல் போதல் பிரிவுகள் இ.பி. கோ. *359* லிருந்து *374* வரை

3. குற்ற நிகழ்வுகள் நாள்: *20.02.2021*

4. காவல் நிலையத்துக்குத் தகவல் சொன்ன நாள்: *21.02.2021* – *14.15* மணி

5. தகவலின் வகை : எழுத்து பூர்வமாக

6. தகவல் தந்தவர் பெயர்: ஆதிகேசவன், தந்தை பெயர் மாரிசாமி, வயது *60*, இந்தியன்

தொழில்: மத்திய அரசுப் பணியில் ஓய்வு பெற்றவர்.

முகவரி: ஏ20, கிருத்திகா அபார்ட்மெண்ட்ஸ், மடிப்பாக்கம் கூட்ரோடு சென்னை - *91*.

7. ஐயப்பாட்டுக்குரியவர் விவரம்: அப்படி யாரும் இல்லை

8. தகவல் கொடுப்பதில் தாமதம்: இல்லை

காணாமல் போனவரின் விவரங்கள்:

திரு. தேவதேவன் (வயது *25*)

வங்கி மேலாளர்

உயரம் *180* செ.மீ.

பழுப்புக் கண்கள்

காதுமடலிலும் நெஞ்சிலும் மச்சம்

10. முதல் தகவல் அறிக்கையின் சுருக்கம் தனியே இணைக்கப்பட்டுள்ளது.

தகவல் கொடுப்பவரின் ஒப்பம்

காவல் நிலைய பொறுப்பு அலுவலரின் ஒப்பம்

நீதிமன்றத்துக்கு அனுப்பப்பட்ட நாளும் நேரமும்

பெயர் : ஆர். கங்காதரன்

நிலைய ஆய்வாளர்

மற்ற இரு முதல் தகவல் அறிக்கைகளையும் வரிவிடாமல் வாசித்தான் டியாரா.

"புகார் கொடுத்த ஆதிகேசவன் யார்?"

"காணாமல் போன தேவதேவனின் தந்தை!"

"ஆதிகேசவனின் கைப்பேசி எண் இருக்கிறதா?"

எண்ணைக்கூறினார் தேவா. அந்த எண்ணைத் தனது கைப்பேசியில் சேமித்துக் கொண்டான் டியாரா.

"இந்த வழக்கில் ஏதேனும் முன்னேற்றம் உண்டா?"

"துளி இல்லை. விசாரணை ஆரம்பித்த இடத்திலேயே நிற்கிறது!"

"தேவதேவன் காணாமல் போனது எப்படி?"

"இரவு படுக்கையில் படுக்கப் போனவன் காலையில் காணவில்லை!"

"சமரனின் படுக்கையறையில் ரத்தம் தேங்கியிருந்தது போல ஏதாவது தடயங்கள் சிக்கினவா?"

"எந்தக் கைகலப்பும் வன்முறையும் அங்கு நடக்கவில்லை!"

"அந்த அபார்ட்மெண்ட்டில் சி.சி.டி.வி.கள் உள்ளனவா?"

"இருக்கு!"

"சி.சி.டி.வி. பதிவுகளை ஆராய்ந்தீர்களா?"

"யாரும் வந்து போனதற்கான ஆதாரம் இல்லை!"

"தேவதேவனின் பெற்றோர் என்ன கூறுகின்றனர்?"

"மகன் படுத்திருந்த அறைக்குள் எந்த சப்தமும் கேட்கவில்லை என்கிறார்கள்!"

                    கறுப்பு பூனைக் கூட்டம்

"பக்கத்து பிளாட் ஆசாமிகளை விசாரித்தீர்களா?"

"யாரும் எதையும் பார்க்கவில்லை என்கிறார்கள்!"

"அந்த அபார்ட்மெண்ட் வாட்ச்மேனை விசாரித்தீர்களா?"

"தேவதேவன் காணாமல் போன இரவில் எந்த அந்நியரும் அபார்ட்மெண்ட்டுக்குள் வந்து போகவில்லை என்கிறான் வாட்ச்மேன்!'

"தேவதேவன் காற்றிலா கரைந்து மறைந்துவிட்டான்?"

தேவா நெட்டுயிர்த்தார். "நடந்த சம்பவங்களை யோசித்துப் பார்க்கும்போது எப்படித்தான் நடந்திருக்குமோ என சம்சயம் எழுகிறது!"

"சீன ராணுவம் ஒரு விசேஷ ஆடையைக் கண்டுபிடித்துள்ளது. அதனை அணிந்துகொண்டால் பிறரின் கண்களுக்குத் தெரியாமல் மாயமாக மறைந்துவிடலாம். அப்படி ஏதாவது ஓர் ஆடையால் இவர்கள் சுருட்டப்பட்டுக் கடத்தப்படுகிறார்களோ?"

"யோசிக்கவேண்டிய விஷயம் இது, டியாரா!

"நான் இருபது வருடங்களுக்கு முன் ஒரு கதை எழுதியிருக்கிறேன். அதில் வில்லன் ஒரு விஸ்கியைக் கண்டுபிடித்து இருப்பான். அதனை யாராருக்கெல்லாம் குடிக்கக் கொடுக்கிறானோ அவர்களெல்லாம் காற்றில் கரைந்து மறைந்துவிடுவார்கள். வில்லன் அதிகமாக அரசியல்வாதிகளைத்தான் காற்றில் மறைய வைப்பான்... கெமிஸ்ட்ரியில் ஒரு நூலைப் பிடித்து அந்த சயின்டிபிக் திரில்லரை எழுதியிருந்தேன். இங்கு இளைஞர்கள் மறைவது விஞ்ஞானத்திலாலா, மாந்திரீகத்தாலா? துப்பறிந்து விடை அறியவேண்டிய கேள்வி!"

மீதி இரு இளைஞர்களின் முதல் தகவல் அறிக்கையை ஊன்றி வாசித்தான் டியாரா.

அவர்களின் முகவரியும் கைப்பேசி எண்ணும்-

திரு. செங்கல்வராயன் (காணாமல் போனவரின் தந்தை)

ஓய்வு பெற்ற இசைக்கல்லூரிப் பேராசிரியர்

நுங்கம்பாக்கம் நெடுஞ்சாலை

சென்னை

கைப்பேசி எண் 73-----------

திரு. சுந்தரமூர்த்தி (காணாமல் போனவரின் தந்தை)

கைரேகை நிபுணர்

வேளச்சேரி

சென்னை.

கைப்பேசி எண் 944------------

மூவரில் ஒருவரின் கைப்பேசி எண்ணைத் தொடர்பு கொண்டான்.

"வணக்கம்!"

"வணக்கம்!"

"நான் டிடக்டிவ் டியாரா ராஜ்குமார் பேசுகிறேன். உங்கள் மகன் காணாமல் போன விவகாரத்தை நான்தான் துப்பறிந்து கொண்டு இருக்கிறேன். உங்கள் வீட்டை நேராகப் பார்க்கவும் உங்களை ஒருமுறை விசாரிக்கவும் நேரில் வர விரும்புகிறேன். இன்னும் ஒரு மணி நேரத்தில் நான் உங்களைப் பார்க்க விரும்புகிறேன்!"

"காணாமல் போன என் மகனைக் கண்டுபிடித்துக் கொடுக்க உங்களுக்குத் துப்பில்லை. இன்னும் எத்தனை தடவை எங்களை விசாரிப்பீர்கள்?"

"தேவா ஒரு முறை உங்களை விசாரித்திருப்பார். நான் ஒருமுறை விசாரிக்க வருகிறேன். விரக்தி மனநிலையில் பேசாமல் எங்களுக்கு ஒத்துழைப்புத் தாருங்கள்!"

"எனக்கு உங்கள் மீது நம்பிக்கை இல்லை!"

"காவல்துறையும் உங்களைப் போன்ற மனிதர்கள்தான். அவர்கள் கடவுள் கிடையாது. ஒரு சிறுதடயம் கிடைத்தாலும் உங்கள் மகனை உயிருடன் மீட்டுவிடுவோம்!"

                        கறுப்பு பூனைக் கூட்டம்

"எங்கள் மகன் உயிருடன் இல்லை. அவன் கொல்லப்பட்டுவிட்டான். என்னைச் சமாதானப்படுத்த பொய் கூறுகிறீர்கள்!"

"நான் உங்களை நம்பிக்கையூட்ட பேசவில்லை. உங்கள் மகன் உயிருடன் பத்திரமாக எங்கோ இருக்கிறான். அவனை மீட்டு நிச்சயம் தருவேன்!"

"உண்மையைத்தான் சொல்கிறீர்களா?"

"ஆரம்ப கட்ட விசாரணையிலிருந்து கூறுகிறேன். உங்க மகன் உயிரோடு இருக்கிறான்!"

"கடவுளுக்கு நன்றி!"

"நான் இப்ப உங்களைப் பார்க்க வரலாமா?"

"வாங்கோ சார்!"

டியாரா எழுந்தான், "தேவா! இந்த மூன்று இளைஞர்களின் வீடுகளுக்கும் சென்று விசாரணையை மேற்கொள்கிறேன். ஸீ யூ!"

"பை டியாரா!"

காருக்கு நடந்தான்.

கார் டியாராவை இரை எடுக்கத் தயாரானது.

காருக்குள் போய் அமர்ந்தான் டியாரா. காரின் அனைத்து கண்ணாடிகளும் மூடிக்கொண்டன. காரை ஸ்டார்ட் செய்தான்.

காருக்குள் கார்பன் மோனாக்ஸைடு பரவ ஆரம்பித்தது.

நெடி உணர்ந்தான்.

கார் கதவைத் திறந்துகொண்டு வெளியேற முயன்றான். கார் கதவு திறக்க மறுத்தது.

நொடிக்கு நொடி...

காா்பன் மோனாக்ஸைடின் அளவு கூடியது.

டியாரா காருக்குள் மயங்க ஆரம்பித்தான். மரண தேவதை இரு கைகளையும் நீட்டி, 'வா, என்னை அணைத்துக்கொள்' என ரத்தம் வழியும் வாயால் கிசுகிசுத்தது.

———∞———

    கறுப்பு பூனைக் கூட்டம்

15

இரு கட்டடங்களுக்கு நடுவே
பாசியம் படர்ந்த மதில் சுவரை
வடக்கும் தெற்குமென பூனை நடை
நடக்கிறது
ஆரஞ்சு நிற பூச்சை
தன் விருப்பத்தின் பேரில்
எந்த வீட்டிலாவது பாய்ந்துவிட்டுப்
போகட்டும்
அதற்கு முன் தாவிக்குதித்து
நீங்கள் காலை
உடைத்துக் கொள்ளாதீர்கள்.
       – வலங்கைமான் நூர்தீன்

சுயபிரக்னைக்கு பிரம்மபிரயத்தனம் செய்து மீண்ட டியாரா தனது முழு பலத்தையும் வலதுகைக்குக் கொண்டு வந்து காரின் முன் கண்ணாடியைக் குத்தினான்.

'ம்ப்யூக்கும்'

கார் கண்ணாடி உடைந்து சிதறியது.

உடைந்த சில்லுகளை அகற்றிப் பாதையை அகலப்படுத்தினான்.

டால்பின் மீன் போல காரின் முன் ஜன்னல் வழி வெளியே வழுக்கினான்.

நான்கடி உயரத்திலிருந்து தரைக்குச் சொத்தேறினான்.

அலுவலகத்தின் உள்ளிருந்து தேவாவும் துணை அதிகாரிகளும் ஓடி வந்தனர்.

தரையில் விழுந்த டியாரா மயங்கினான்.

இரு அக்குள்களில் கைகோர்த்து டியாராவைத் தூக்கினார் தேவா. காரிலிருந்து விலகி ஓடினார். காருக்குள் வித்தியாசமான சப்தங்கள் எழுந்தன. கார் பேய்த்தனமாய் வெடித்துச் சிதறியது. காரின் பாகங்கள் பல்வேறு திசைகளில் சிதறகடிக்கப்பட்டன.

டியாராவின் மூக்கிலிருந்தும் காதுகளிலிருந்தும் இரத்தம் கசிந்தது.

தேவா துரிதமாகச் செயல்பட்டார். ஆம்புலன்ஸ்க்கு போன் செய்தார்.

தனியார் மருத்துவமனையின் ஆம்புலன்ஸ் சறுக்கி வந்து நின்றது. அதிலிருந்து மருத்துவ உதவியாளர்கள் இருவர் இறங்கினர். டியாராவை ஸ்ட்ரெக்ச்சரில் கிடத்தினர்.

ஆம்புலன்ஸுக்குள் ஏற்றினர்.

ஆம்புலன்ஸ் பறந்தது. காரில் பின்தொடர்ந்தார் தேவா.

மருந்துவமனையின் போர்ட்டிகோவில் ஆம்புலன்ஸ் நின்றது. வாகனத்தின் உள்ளே டியாரா இருக்கும்போதே முதலுதவி அளிக்கப்பட்டு இருந்தான்.

டியாரா இன்டென்ஸிவ் கேர் யூனிட்டுக்குக் கொண்டு செல்லப்பட்டான்.

நான்கு மருத்துவர்கள் டியாராவைச் சூழ்ந்தனர். இரத்த அழுத்தம் சோதித்தனர். கண்ணின் கருவிழிகளை ஆராய்ந்தனர்.

மூக்கையும் காதுகளையும் நோட்டமிட்டனர்.

டியாராவின் முகம் கருநீலநிறமாய் இருந்தது.

வாயைத் திறந்து பார்த்தனர்.

செயற்கை சுவாசக்கருவி பொருத்தப்பட்டது. தலைப் பகுதியையும் மார்பையும் ஸ்கேன் செய்தனர்.

இரத்தப் பரிசோதனைக்குச் சிறிதளவு இரத்தம் உறிஞ்சி எடுத்தனர்.

                    கறுப்பு பூனைக் கூட்டம்

தேவா, ஜெருஷாவுக்கு போன் செய்தார்.

"சகோதரி வணக்கம்... ஒரு வருத்தமான செய்தி!"

"என்ன டியாராவை மருத்துவமனையில் சேர்த்திருக்கிறீர்களா?"

"உங்களுக்கெப்படித் தெரியும்?"

"ஒவ்வொரு வழக்கிலும் டியாரா உயிர்காயம்பட்டு தப்பிப்பது வழமையான விஷயம்தானே? எந்த மருத்துவமனையில் சேர்த்திருக்கிறீர்கள்?"

"இஸபெல்லாவில் சேர்த்திருக்கிறோம்!"

"மருத்துவர்கள் என்ன சொல்கிறார்கள்?"

"டியாராவுக்கு சிகிச்சை செய்து கொண்டு இருக்கிறார்கள். இனிமேல்தான் மருத்துவ அபிப்ராயம் கூறுவார்கள். மயிரிழையில் டியாரா இம்முறையும் உயிர் தப்பிப்பார்!"

"நானும் நிலாவும் தேஜி ஸிஜாவும் அடுத்த பதினைந்து நிமிடங்களில் இஸபெல்லாவுக்கு வந்துவிடுகிறோம்..."

"ஓ. கே. சகோதரி!"

"நிலாமகனுக்கு சொன்னால் மிகவும் பதற்றப்படுவான். டியாராவை துப்பறியும் பணியிலிருந்து ஓய்வு பெறச் சொல்கிறான். இதனைப் பார்த்தால் மீண்டும் தனது கோரிக்கையை வலியுறுத்துவான்!"

"நிலாமகனை துப்பறியும் பணியில் மீண்டும் ஈடுபடுத்தலாம்!"

"ஒன்றிரண்டு கேஸ்களை நிலா வெற்றிகரமாகத் துப்பறிந்து இருக்கிறான். கடைசி மூச்சுகூட துப்பறியும் பணியில்தான் விடவேண்டும் என்பது டியாராவின் விருப்பம்!"

"டியாராவுக்குத் துப்பறியும் பணியில் தீராக்காதல்!"

"துப்பறியும் பணிக்கு அடுத்துதான் நானும் என் மகனும்!"

வெறுமையாகப் புன்னகைத்தார் தேவா.

"நானும்கூட பணி ஓய்வு பெற்றபின் டியாரா டிடக்டிவ் ஏஜென்ஸியில்தான் சேரப் போகிறேன்!"

"அட்வான்ஸ் வாழ்த்துகள்!"

"ஓ.கே.ம்மா... நேரில் சந்திப்போம்!"

மருத்துவர்கள் குழு வெளியே வந்தனர். தேவா அவர்களிடம் ஓடினார்.

"டியாரா எப்படி இருக்கிறார்?"

"எங்கள் அறைக்கு வாருங்கள். விரிவாகப் பேசலாம்!"

மருத்துவர்களுக்கு எதிரில் அமர்ந்தார் தேவா.

"கார்பன் மோனாக்ஸைடை அதிகம் சுவாசித்திருக்கிறார் டியாரா. அவரது மூளையும் நுரையீரலும் வெகுவாக பாதிக்கப்பட்டுள்ளன. இன்னும் ஒரு பத்து நிமிடம் தாமதமாகக் கொண்டு வந்திருந்தால் டியாரா உயிர் பிழைத்திருக்க மாட்டார்!"

"இப்ப டியாரா அபாய கட்டத்தைத் தாண்டிவிட்டார் இல்லையா டாக்டர்?"

"இரத்தத்தில் ஆக்ஸிஜன் அளவு 64 சதவீதம்தான் இருக்கிறது. 98க்கு வர இரண்டு மூன்று நாட்கள் ஆகலாம்!"

"மூளையின் பாதிப்பை ஆராய்ந்து வருகிறோம். மூளையின் ஒரு பகுதி சேதப்பட்டுள்ளதா இல்லையா என்பதனை அடுத்த 24 மணிநேர அறிக்கையில் தெரிவிப்போம்!"

"டியாராவுக்கு வில்பவர் அதிகம். அந்த வில்பவர்தான் அவரை இன்று காப்பற்றியிருக்கிறது!"

"நுரையீரலில் சேர்ந்துள்ள கசடுகளை அகற்றிக் கொண்டு இருக்கிறோம்!"

"தாங்க்யூ டாக்டர்ஸ்!"

"நாங்கள் எங்கள் பணியைச் செய்கிறோம்... அவ்வளவே..."

"நான் வெளியே இருக்கிறேன் டாக்டர்ஸ்!" தேவா வெளியே வந்தார். துணை அதிகாரிகள் சூழ்ந்து கொண்டனர்.

"வெடித்துச் சிதறிய டியாராவின் காரினைப் புகைப்படம் எடுத்தீர்களா?"

"எடுத்தோம் சார்!"

"இன்வெஸ்டிகேஷனில் என்ன தெரிந்தது?"

"கார்பன் மோனாக்ஸைடு கசிவு காருக்குள் எப்படி ஏற்பட்டது என்பது புரியாத புதிர். கார் எப்படி வெடித்துச் சிதறியது எனவும் குழம்பிப் போய் நிற்கிறோம்!"

"கார் நிறுத்தப்பட்ட இடத்தில் சி.சி.டி.வி. கேமிரா இருக்கிறது இல்லையா?"

"ஆமாம்!"

"சி.சி.டி.வி. பதிவுகளில் என்ன பார்த்தீர்கள்?"

"பேண்டேஜ் சுற்றிய ஓர் உருவம் காருக்கு அருகில் நின்றதைப் பார்த்தோம். அந்த உருவம் டியாரா காருக்குத் திரும்புவதற்கு முன் காரைப் பார்த்து கைகளால் ஏதோ செய்தது!"

"என்ன செய்தது?"

"பிளாக் மேஜிக்தான் செய்திருக்கக்கூடும்!"

"காருக்குள் டியாரா அல்லாடும்போது அந்த உருவம் என்ன செய்தது?"

"கார் கண்ணாடிக்கு வெளியே நின்று டியாரா உயிருக்கு போராடுவதை ரசித்தது!"

"மை காட்!"

"டியாரா கார் கண்ணாடியை உடைத்துக் கொண்டு வெளியே வரும் போது அந்த உருவம் ஓவென அலறியது!"

"டியாராஉயிர்தப்பித்தது அந்தஉருவத்துக்குப் பொறுக்கவில்லை போலும்!"

"ஆமாம் சார்! தரையில் விழுந்த டியாராவைத் தொட்டு எதுவோ செய்ய அந்த உருவம் முயற்சி செய்தது. அதற்குள் நாம் அனைவரும் வெளியே ஓடிவந்தோம். நம்மைப் பார்த்ததும் உருவம் டியாராவிடமிருந்து விலகிக் கொண்டது. நாம் டியாராவைத் தூக்கும் போது அந்த உருவம் காரை வெடிக்கச் செய்தது!"

"அந்த உருவம் ஆணா பெண்ணா?"

"எகிப்து மம்மி போல இருந்தது உருவம். ஆணா பெண்ணா என்று கண்டுபிடிக்க முடியவில்லை!"

தேவா தலையாட்டிக் கொண்டார்.

தூரத்து வராண்டாவில் ஜெருஷா, நிலாமகன், தேஜி, ஸிஜா நடந்து வருவது பார்வையானது,

"அப்றம் பேசிக்கலாம்... நீங்கள் கிளம்புங்கள் பாய்ஸ்!"

ஜெருஷாதான் முதலில் தேவாவை நெருங்கினாள். "இப்ப டியாரா எப்படியிருக்கார்?"

"ஹிஸ் கண்டிசன் இஸ் ஸ்டேபிள் சகோதரி!"

"எங்க தலைவனை இந்த நிலைக்கு ஆளாக்கினது யார் காட்டுங்க தேவா... அவனை தொம்சம் பண்ணிடுறேன்!"

"குண்டம்மா காம் டவுன்... இது மருத்துவமனை... இங்க ரவுடித்தனம் பண்ணாம அமைதியா இரு!"

இன்டென்ஸிவ் கேர்யூனிட்டின் கண்ணாடிக் கதவின் வட்டத்தின் வழியாக உள்ளே பார்த்தாள் தேஜி. அவளது கண்களில் கண்ணீர் வழிந்தோடியது.

"பாஸ்! அமைதியாப் படுத்து என்ன பண்ணிட்டிருக்க?? கேஸின் அடுத்தமூவ்என்னஎன்பதனையோசித்துக்கொண்டிருக்கிறாயா? எந்திரிச்சுவா. கறுப்பு எதிரிகளைகூண்டோடு பிடித்து போலீஸில் ஒப்படைப்போம்!" முணுமுணுத்தாள்.

"டியாரா! மை டார்லிங்... நீ ஒரு சாகசன்... கோழைகளுக்கு தினம்தினம் சாவு உன்னைப் போன்ற மாவீரனுக்கு வாழ்வில்

   கறுப்பு பூனைக் கூட்டம்

ஒரே ஒரு தடவைதான் வீரமரணம் வரும்... உன் வீரமரணம் இன்னும் இருபது வருடங்களுக்குக் கிடையவே கிடையாது!"

நிலாமகனின் கண்களில் கண்ணீர் பொங்கியது. "டாடி, டேக் யுவர் டைம் டு ஹீல். ஐ வில் டீல் திஸ் கேஸ்!"

தேவா, "இரவு யாராவது ஒருவர் தங்கி டியாராவைப் பார்த்துக் கொண்டால் போதுமானது. எனக்கு அலுவல் இருக்கிறது. நான் கிளம்புகிறேன்!"

ஜெருஷா, "இரவு பத்துமணி வரை நான் இருக்கிறேன். அதன்பின் விடியும் வரை உங்களில் ஒருவர் டியாரா பாதுகாப்புக்கு இருங்கள்!"

"நானிருக்கிறேன் ஸிஜா!"

"வேண்டாம்... நீ தூங்கிவிடுவாய்... எனக்கு இரவு முழுக்க விழித்துப் பழக்கம்... நான் டியாராவின் பாதுகாப்புக்கு இருக்கிறேன்!"

"தேவா இரு போலீஸ்காரர்களை பாதுகாப்புக்கு விட்டுச் சென்றிருக்கிறார். நீ சூரத்தனம் எதுவும் செய்யத் தேவையில்லை. அமைதியாக வராண்டா இருக்கையில் அமர்ந்திரு ஸிஜா!"

"சரி, தேஜி!"

இரவு பத்துமணிக்கு ஜெருஷாவும் நிலாவும் தேஜியும் கிளம்பிப் போயினர். மருத்துவமனை கேண்டீனில் காபி குடித்துவிட்டு வந்து அமர்ந்தாள் ஸிஜா.

அமர்ந்திருந்தவள் கைப்பேசியில் வீடியோகேம் விளையாட ஆரம்பித்தாள். மணி நள்ளிரவு 12.30. அவளை அறியாமல் கண்ணயர்ந்தாள் ஸிஜா.

வராண்டாவில் கோடிக்கணக்கான ஒளிப்புள்ளிகள் உய்க்கி புய்க்கின. ஒரு செவிலியர் நங்கை பூத்தாள்.

அவள் அங்குமிங்கும் பார்த்தபடி ஐ.ஸி.யூ சுவருக்குள் ஊடுருவினாள்.

அவளது கையில் கோடிக்கணக்கான கொரோனா டெல்டாபிளஸ் வைரஸ்கள் அடங்கிய வயல் இருந்தது.

படுக்கையில் டியாரா அமைதியாகப் படுத்திருந்தான்.

அவனைக் கொடூரமாக முறைத்தது. "இன்னுமா சாகாமல் இருக்கிறாய்? இந்தத் தடவை நீ குளோஸ்!" முணுமுணுத்தது.

வயலில் இருந்த ஓட்டு மொத்த வைரஸ்களையும் ஒரு கர்ச்சீப்பில் ஒற்றினாள் செவிலியர் நங்கை. கர்ச்சீப்பை ஒருமுறை பார்த்தாள்.

"அத்தனை வைரஸ"ம் டியாரா உடம்புக்குள்ள போனால் கடவுளால் கூட டியாராவைக் காப்பாற்ற முடியாது! ஏற்கனவே பலவீனமான நுரையீரல்கள் ஆக்ஸிஜனை உறிஞ்சாமல் ஸ்தம்பிக்கும். அடுத்த 24 மணி நேரத்தில் டியாராவுக்கு சுடச் சுட மரணம்!"

கர்ச்சீப்பை ஸ்லோமோஷனில் ஆக்ஸிஜன் குழாயைக் கழற்றி விட்டு டியராவின் நாசியில் ஒற்றியெடுக்கப் போனாள் செவிலியர் நங்கை.

மூக்குக்கும் கர்ச்சீப்புக்கும் இடையே மைக்ரோ மில்லி மீட்டர் இடைவெளிதான் இப்போது!

———◦◦———

       கறுப்பு பூனைக் கூட்டம்

16

எல்லாம் நழுவிய பிறகும்
எதுவோ ஒன்று நழுவுகிறது
பொறித்த செம்மீனாய்
சுருண்ட வாழ்வாதாரத்தைக்
கவ்விச் செல்லப்போகும்
பூனையின் கருணை
அதன் கடைவாயில்
கசியும் உமிழ்நீர்
– வலங்கைமான் நூர்தீன்

கொரோனா வைரஸ் கிருமிகள் புதிதாக ஒரு மனித உடலை ஆக்கிரமிக்கப் போகிறோம் என்கிற திமிரில் கொக்கரித்தன.

கிருமிகள் டியாராவின் நாசியைத் தழுவும் முன் -

ஒரு குடுவை மலைத்தேன் குடித்த ராட்சசக் கரடிபோல ஸிஜா செவிலியர் நங்கை மேல் பாய்ந்தாள்.

செவிலியர் நங்கையும் ஸிஜாவும் தரையில் உருண்டனர். வைரஸ் கர்ச்சீப்பை ஸிஜாவின் மூக்கில் பதிக்கப் போராடினாள் செவிலியர் நங்கை.

ஸிஜாவும் பதிவுக்குப் போராடி கர்ச்சீப்பை செவிலியர் நங்கையின் நாசியில் பாய்ச்ச முரண்டினாள்.

செவிலியர் நங்கை நொடிக்கு ஒரு மிருகமாக மாறினாள்.

காட்டெருமையாக...

கழுதைப்புலியாக...

கோவேறுக் கழுதையாக...

ஆப்பிரிக்க யானையாக...

"அடியேய்... நீ திமிங்கலமாக மாறினாலும் என் பிடியைத் தளர்த்தமாட்டேன்டி..." கறுவினாள் ஸிஜா. செவிலியர் நங்கையின் மீது அழுகிய மரப்பட்டை வாசனை அடித்தது. ஊமத்தம் பூ வாசனை அடித்தது. அரளிப்பூ வாசனை எழுந்தது.

செவிலியர் நங்கையின் கர்ச்சீப் கையை வளைத்து ஒடித்தாள் ஸிஜா. வலி தாளாமல் அலறினாள்.

'க்ரக்!'

கர்ச்சீப்பை செவிலியர் நங்கையின் மூக்கில் அழுத்தி வைத்தாள்.

அவ்வளவுதான்...

வட்டவடிவ முள்முனைகள் கொண்ட வைரஸ்கள் செவிலியர் நங்கையின் மூக்குக்குள் உல்லாசப் பயணம் போயின.

செவிலியர் நங்கையின் முகம் விகாரமடைந்தது. கண்கள் 360 டிகிரியில் வட்டமடித்தன. இதுவரை உலகில் கேட்காத குரலில் அலறினாள்.

அவளின் நுரையீரல்கள் செல்லரித்தன.

இருமினாள்.

புகைந்தாள்.

ஸிஜா பார்க்கும்போதே செவிலியர் நங்கை முழுக்கப் புகைந்து மறைந்தாள். ஸிஜா கைகளைத் தட்டிவிட்டுக் கொண்டு எழுந்தாள்.

"யார்கிட்ட உன் வேலையக் காட்டப் பாத்த? தட்டித் தூக்கிட்டேன்ல..."

டியாராவை இந்தக் களேபாரம் சிறிதும் கலைத்துப் போடவில்லை.

டியாராவை நெருங்கி உன்னித்தாள்.

"தலைவா ரெண்டு மூணு நாள்ல முழு ஆரோக்கியமா எந்திரிச்சிடுவ... நீதான் இந்த கேஸை டிடக்டிவ் பண்ணி கறுப்புக்

                     கறுப்பு பூனைக் கூட்டம்

குற்றவாளியைக் கையும் களவுமா பிடிக்கப்போற... ஐ லவ் யூ செல்லம்!"

டியாராவின் முகத்தைத் தடவி நெட்டிமுறித்தாள் ஸிஜா.

* * * *

நிலாமகன் தளர்வாய் அமர்ந்திருந்தான். நடுவகிடு முன்னுச்சிக் கேசம் நண்டின் கொடுக்குபோல் நெற்றியில் சுருண்டிருந்தது.

கார் வெடிப்பிலிருந்து டியாரா ராஜ்குமாரை தேவாவின் துணை அதிகாரிகள் காப்பாற்றிய வீடியோ கிளிப்பிங்கைத் தனது மடிக்கணினியில் போட்டுப் போட்டுப் பார்த்தான் நிலா.

பேண்டேஜ்சுற்றியஉருவம்வெளிப்படுத்தும்உடல்மொழிகளை நுணுக்கமாய் உன்னித்தான்.

அந்த உருவம் காற்றில் ஏதோ எழுதியது.

என்ன எழுதுகிறது?

என்ன மொழியில் எழுதுகிறது?

காற்றில் எழுதும் வீடியோ மட்டும் 45 நொடிகள் ஓடியது.

ஒரு மணி நேரம் மூளையைக் கசக்கிக் கொண்டான் நிலா.

ஒரு மம்மி எழுதுகிறது என்றால் அது எகிப்திய மொழியில்தானே எழுதும்! தற்போதைய எகிப்து மொழியா, அல்லது பண்டைய எகிப்து மொழியா?

யாரிடம் இதைப் பற்றிக் கேட்டுத் தெளிவு பெறுவது? யோசித்து சூரியனித்தான். அமெரிக்காவில் இருக்கும் எகிப்டோலாஜிஸ்ட் ஜோனாதன் கிரீனை அணுகுவோம்.

வீடியோகால் பண்ணினான்.

கிரீன் தோன்றினார். "குட்மார்னிங்!"

"குட்மார்னிங் மிஸ்டர் கிரீன்!"

"ஏதாவது உதவி தேவைப்படுகிறதா மிஸ்டர் நிலாமகன்?"

சமரனின் கேஸைப் பற்றி விளக்கிக் கூறினான் நிலாமகன். உயிருக்கு ஆபத்தான நிலையில் மருத்துவமனையில் டியாரா சேர்க்கப்பட்டிருப்பதைச் சுட்டினான்.

உருவம் காற்றில் எழுதும் 45 நொடி வீடியோ கிளிப்பிங்கை கிரீனுக்கு அனுப்பினான்.

"உருவம் காற்றில் என்ன எழுதுகிறது மிஸ்டர் கிரீன்?"

கிரீன் அந்த வீடியோ ப்ரேம்களை ப்ரீஸ் பார்வேர்ட்டில் போட்டுப் பார்த்தார்.

ஏறக்குறைய ஒரு மணி நேரம் ஆராய்ந்தார்.

பின், "நிலா! அந்த உருவம் பண்டைய ஆப்ரோ ஏஷியாட்டிக் மொழியான ஹைரோகிளிப்பில் எழுதுகிறது. அந்த மொழி எழுத்துகளை கல்லறைச் சுவர்களிலும் கோயில் சுவர்களிலும் செதுக்குவார்கள். அந்த வகை எழுத்துகளில் சித்திரக்குறிப்புகளும் ஒலிக்குறிப்புகளும் பாதிக்குப் பாதி கலந்திருக்கும். அவ்வகை எழுத்துகளை இடதிலிருந்து வலமாகவோ வலதிலிருந்து இடமாகவோ வாசிக்கலாம் அல்லது சித்திர எழுத்துகளில் வரும் பொம்மைகள் எந்தப் பக்கம் திரும்பி நிற்கிறதோ அந்தப் பக்கத்திலிருந்தும் வாசிக்கலாம். தூக்கத்தைப் போல, உணவைப் போல, கறுப்பு மந்திரம் எகிப்தியருக்கு மிகவும் முக்கியம். அவர்கள் கறுப்பு மந்திரத்தைப் பிறப்பின்போது, வாழ்வின்போது, மரணத்தின்போது உபயோகிக்கிறார்கள். மரணத்திற்குப் பிந்திய வாழ்க்கைக்கும் கறுப்பு மந்திரம் பயன்படும் என நம்புகிறார்கள். கறுப்பு மந்திரங்களைப் பண்டைய எகிப்தியர் ஹைரோ கிளிப்பில்தான் எழுதுவார்கள்!"

"எல்லாம் சரி. ஹைரோகிளிப் மொழியில் அந்த உருவம் என்னதான் எழுதியது?" நிலா.

சிரித்தார் கிரீன்.

"அது எழுதியதை நேரடியாய்ப் புரிந்து கொள்ள முடியாது. சங்கேதத் தகவலை நாம்தான் டிகோட் பண்ண வேண்டும்!"

   கறுப்பு பூனைக் கூட்டம்

"பண்டைய எகிப்து மொழியில் எழுதுவதே சங்கேதத் தகவல்தானே... சங்கேதத் தகவலுக்குள் இன்னொரு சங்கேதத் தகவலா?"

"எல்லாம் எளிதில் கிடைத்துவிடுமா, மிஸ்டர் நிலா?"

"உருவம் எழுதியதை டிகோட் பண்ணி எப்போது சொல்வீர்கள்?"

"இரண்டு நாட்கள் அல்லது ஒரு வாரம் பொறுங்கள் நிலா!"

"சரி!"

"கறுப்பு மாந்திரீகத்தைக் கரைத்துக் குடித்த கிராண்ட் எஜிப்ஸியன் கிஸா ம்யூசிய காப்பாளர் ஜாகி, பிளாக் மேஜிக் வித்தகர். அவரைத் தொடர்பு கொண்டு உருவம் காற்றில் எழுதிய சங்கேதத் தகவலை க்ராக்டவுன் செய்கிறேன்!"

"நன்றி மிஸ்டர் கிரீன்!"

"மீண்டும் சந்திப்போம். பை... "

வீடியோகால் தொடர்பு அறுந்தது.

நிலாமகன் உதடுகளைக் கடித்தபடி தீவிர ஆலோசனையில் ஆழ்ந்தான்.

* * * *

நுங்கம்பாக்கம் நெடுஞ்சாலை. கேலக்ஸி அபார்ட்மென்ட்ஸ். செக்யூரிட்டி கூண்டிலிருந்து ஒரு நேபாளமுகம் வெளிப்பட்டது.

"கோன்?"

"சி-செவனில் இருக்கும் செங்கல்வராயனைப் பார்க்க வந்திருக்கிறேன்... ஐ எம் எ டிடக்டிவ்!"

"உள்ளே போங்கோ!"

ஓட்டிவந்த இரண்டு சக்கர வாகனத்தை நிறுத்தி இறங்கினாள் தேஜி. அழைப்புமணியை அழுக்கினாள். உள்ளே சங்கீத சப்தம் எழுந்தது.

ஆர்னிகா நாசர்▶ 121 ◀

மேஜிக் ஐ மூலம் பார்த்து விட்டு, கதவைத் திறந்துவிட்டார் செங்கல்வராயன். பார்க்க சிந்துபைரவி சிவக்குமார்போல் இருந்தார்.

"வணக்கம்!"

"வணக்கம்!"

"காணாமல் போன உங்கள் பையன் விஷ்ணுவர்தன் பற்றி விசாரிக்க வந்திருக்கிறேன்"

அவரது முகத்தில் வெறுமை மண்டியது.

"உள்ளே வாங்க!"

வரவேற்பறையில் அமர்ந்தனர்.

"என்ன விசாரிக்கப் போறீங்க?"

"உங்கள் பையன் என்ன தேதியில் காணாமல் போனார்?"

"மார்ச் 29ஆம் தேதி இரவு தூங்கப் போனவனை மறுநாள் காலை படுக்கையில் காணவில்லை!"

"உங்கள் பையன் என்ன வேலை பார்த்தார்?"

"அவன் ஒரு வொய்ல்ட் லைப் போட்டோகிராபர்... உலக அளவில் பிரபலமானவன்... அவனது ஒட்டகச்சிவிங்கி குட்டி போடும் புகைப்படம் 'நேச்சர்' இதழில் பிரசுரமாகி, கோடிக்கணக்கான வாசகர்களின் பாராட்டுகளைப் பெற்றது!"

"விஷ்ணுவர்தன் காணாமல் போவதற்கு முந்தைய இரு வாரங்களில் விஷ்ணுவர்தனின் நடவடிக்கைகளில் ஏதாவது வித்தியாசம் தெரிந்ததா?"

"வித்தியாசம் தெரிந்தது. அந்த இரண்டு வாரங்களில் 500க்கும் மேற்பட்ட பூனைகளைப் புகைப்படம் எடுத்துத் தள்ளியிருந்தான்!"

"அவ்வளவு பூனைகளைக் குறுகிய கால இடைவெளியில் எப்படிப் புகைப்படம் எடுத்தார் உங்க மகன்?"

"எங்கெங்கு காணினும் பூனையடா என்றான் எங்கள் மகன்!"

"அந்தப் பூனை புகைப்படங்களை நான் பார்க்க முடியுமா?"

எழுந்துபோய் ஒரு பென்டிரைவை எடுத்து வந்து நீட்டினார். "இதில் அத்தனை பூனை புகைப்படங்களும் இருக்கின்றன!"

தனது மடிக்கணினியில் பென்டிரைவை செருகினாள் தேஜி.

வித்தியாசமான பூனைகள். ஒவ்வொன்றும் ஒவ்வொரு நிறத்தில் இருந்தன.

ஜன்னலில் எட்டிப் பார்க்கும் சாம்பல் நிறப் பூனை!

படுக்கையறைக்குள் பிரவேசிக்கும் செங்கல் நிறப் பூனை!

அடுக்குமாடிக் குடியிருப்பின் மொட்டைமாடியில் உலவும் ரோஜா நிறப் பூனை!

லிப்ட் கூண்டில் தவமிருப்பதுபோல அமர்ந்திருக்கும் நீல நிறப் பூனை!

பூனைகளை விஷ்ணுவர்தன் தற்செயலாக எடுத்தது மாதிரி தெரியவில்லை. சொல்லி வைத்து போட்டோ ஷூட் நடத்தியதுபோல் ஒரு பாவனை வெளிப்பட்டது.

'என்னைப் பார் என் அழகைப் பார்' எனப் பூனைகள் போஸ் கொடுத்திருந்தன. பூனைகளின் கண்களில் காந்தர்வ செய்திகள் மறைந்திருந்தன. பூனைகளின் உடல்மொழியில் மிடுக்கும் காமமும் நளினமும் புராதனமும் பூடகமும் வழிந்தோடின.

"உங்கள் மகனுக்குப் பூனைகள் மிகவும் பிடிக்குமா?"

"சொன்னால் ஆச்சரியப்படுவீர்கள்... இந்த அய்நூறு பூனை புகைப்படங்களுக்கு முன் அவன் எந்தப் பூனையையும் புகைப்படம் எடுத்ததில்லை!"

"அய்நூறு பூனைகளையும் தேடித்தேடிப் போய் புகைப்படம் எடுத்தாரா உங்கள் மகன்?"

"இல்லை. அவைதான் என் மகனைத் தேடி வந்திருக்கின்றன..."

"இதனை உங்கள் மகனே சொன்னாரா?"

"ஆமாம்!"

"உங்கள் மகன் காணாமல் போவதற்கு முந்தைய வாரம் ஏதாவது பூனைக் கனவுகள் கண்டதாகக் கூறினாரா?"

"எதுவும் கூறவில்லை. அவன் கொஞ்சம் மூடி டைப்!"

"உங்கள் மகனுக்கு தோழிகள் அதிகமா?"

"இல்லை. பெண்கள்தான் அவனைத் துரத்தித்துரத்திக் காதலித்தார்கள். ஒரு பெண் அவளுடைய காதலுக்கு என்னைத் தூது போகச் சொன்னாள். நாகரிகமாக மறுத்துவிட்டேன்!"

"உங்களுக்கு ஒரே மகனா?"

"மூத்தவள் பெண். இவன் இரண்டாவது!"

"உங்கள் மகன் திருமணம் செய்து கொள்ளும் யோசனையில் இருந்தாரா?"

"முப்பது வயதில்தான் திருமணம் என்பதில் உறுதியாக இருந்தான்!"

"காடுகளில் புகைப்படம் எடுக்க நினைத்து விரும்பிக் காணாமல் போனாரோ?"

"சொல்லாமல் கொள்ளாமல் எங்கும் போக மாட்டான்!"

"உங்கள் மகனிடம் குடிப்பழக்கம் உண்டா?"

"இல்லை!"

"பூனைகள் உங்களுக்குப் பிடிக்குமா?"

"நாய்கள் மீது ஈடுபாடு உண்டு. ஆனால், நாய் வளர்க்க அபார்ட்மெண்ட்டில் அனுமதி இல்லை!"

"உங்கள் மகன் காணாமல் போன விதம் பற்றி நீங்கள் என்ன நினைக்கிறீர்கள்?"

"பூட்டிய அறைக்குள் காணாமல் போய்விட்டான். மதியத்திற்கு மேல் கதவை உடைத்துத்தான் அவனைத் தேடினோம். அவன் மர்மமான முறையில் காணாமல் போனது எங்களுக்கு அச்சமாயும் திகிலாகவும் உள்ளது. ஆரம்பக்கட்ட போலீஸ் விசாரணையிலும் எந்தத் துப்பும் கிடைக்கவில்லை!..."

    கறுப்பு பூனைக் கூட்டம்

"உங்கள் மகன் உயிரோடு இருக்கிறாரா, இறந்துவிட்டாரா? இரண்டில் எதை நம்புகிறீர்கள்?"

"குறி சொல்பவரை அணுகினோம். அவர் எங்கள் மகன் வடக்குத் திசையில் இருப்பதாகக் கூறுகிறார். எங்களால் எந்த முடிவுக்கும் வர இயலாமல் திரிசங்கு சொர்க்கத்தில் தவிக்கிறோம்!"

"நான் உங்களுக்கு ஓர் உறுதி கூற முடியும்!"

"என்ன உறுதி?"

"உங்கள் மகன் இறக்கவில்லை. உயிரோடுதான் இருக்கிறார். நாங்கள் கட்டாயம் அவரை உயிரோடு மீட்டுத் தருவோம்!"

"மகிழ்ச்சி அம்மா!"

"உங்களுக்கு விரோதிகள் யாரும் உண்டா?"

"இல்லை!"

"உங்கள் மகனுக்கு?"

"இல்லவே இல்லை!"

"கடந்த ஆறு மாதங்களில் உங்கள் மகன் ஏதாவது ஒரு விழாவில் கலந்து கொண்டாரா?"

"தெரியவில்லையே...!"

"நன்கு யோசித்துச் சொல்லுங்கள்!"

செங்கல்வராயன் யோசித்துக் கொண்டே இருக்க அவரது மனைவி ஓடி வந்தாள்.

"நான் சொல்றேன்ம்மா!"

"சொல்லுங்கோ!"

"1.1.2021 அன்று ராஜா முத்தையா ஹாலில் 'மிஸ்டர் தமிழ்நாடு 25' என்கிற போட்டி நடந்தது. போட்டியில் 25 வயதான வாலிபர்கள் கலந்து கொள்ளலாம். முதல் பரிசு வைர கிரீடமும் பத்து லட்ச ரூபாய் பணமும். அறிவிலும் அழகிலும் சிறந்து

விளங்கும் ஆணைத் தேர்ந்தெடுக்கும் போட்டியில் என் மகனும் கலந்து கொண்டான்!"

"போட்டியில் உங்கள் மகன் வெற்றி பெற்றாரா?"

"இல்லை... பத்தாவது இடம் பெற்றான்!"

"அந்தப் போட்டியை யார் நடத்தினார்கள்?"

"தெரியவில்லை. நீங்கள்தான் விசாரிக்க வேண்டும்!"

"விசாரிக்கிறேன்... போட்டியில் கலந்து கொண்டு வந்த பிறகு உங்கள் மகனின் மனநிலையில் ஏதாவது மாற்றங்கள் ஏற்பட்டனவா?"

"அப்படி எதுவும் தெரியவில்லை. நார்மலாகத்தான் இருந்தான்!"

"போட்டிக்கு உங்கள் மகன் எப்படி விண்ணப்பித்தார்?"

"எதுவுமே தெரியாது!"

பேசிக்கொண்டிருக்கும்போதே ஜன்னல் கண்ணாடியை உடைத்து சிதறியபடி ஒரு வஸ்து தேஜிக்கும் செங்கல்வராயனுக்கும் இடையில் வந்து விழுந்தது.

அது பிணந்தின்னிக் கழுகின் சிறு குஞ்சு!

⟞⟝

17

புராதனத்தின் மணற்புயலுக்குள்
நிசியெங்கும் தனித்தலைகிற
அமானுஷ்ய மூதுயிரிகளின்
இரவுக்குள்ளும்
பயணிக்கத் தெரிந்த
மாயக்காரியின்
எலும்பு துளைத்துக்
கொக்கரிக்கிறது
பாலைப்பெருவனத்தின்
கொடுங்காற்று.

  – ஜெயாபுதீன்

தனது தந்தை டியாரா ராஜ்குமார் பூரணமாய் உடல் நலமடைய வேண்டும் என்று ஒருநாள் உண்ணாவிரதம் இருந்தான் நிலாமகன்.

பண்டைய எகிப்து கடவுள்களைப் பற்றிய தகவல் குறிப்புகளைச் சேகரித்துக் கொண்டிருந்தான் நிலா.

கறுப்பு மாந்திரீகத்தின் கடவுளான 'ஹெகா' பற்றிக் கூடுதல் தகவல்கள் எடுத்தான்.

ஹெகா, பண்டைய எகிப்து கடவுள்களின் பாஸ். பழுப்பு நிறத்தில் முழு நிர்வாணமாய் ஹெகா நின்றிருந்தது. தலையில் ஐடாமுடி. கண்களின் வெண்படலம் பளீரிட்டு கொடூரம் காட்டியது.

நான்காயிரம் வருடங்களுக்கு முந்தைய பொய்ப்புனைவுதானே ஹெகா? ஹெகாவை இப்போது தருவித்து நமக்கு உதவச் சொல்ல முடியுமா?

பண்டைய எகிப்தியர்களுக்கும் அடுத்த கிரக ஏலியன்களுக்கும் தொடர்பு இருந்திருக்குமோ?

எகிப்திய மன்னன் பாரோவைத்தான் திருக்குர்ஆனில் பிர்அவ்னாக குறிப்பிடப்பட்டுள்ளது.

நிலாமகனின் மடிக்கணினி உயிர்த்தது. வீடியோ காலில் ஜோனாதன் கிரீன் வந்தார்.

"குட்மார்னிங் மிஸ்டர் கிரீன்!"

"மார்னிங் மிஸ்டர் நிலா!"

"நான் கொடுத்த அசைன்மெண்டை செய்துவிட்டீர்களா கிரீன்?"

"உங்களது தந்தையார் உடல்நலம் இப்போது எப்படி இருக்கிறது?"

"குணமடைந்து வருகிறார்!"

"நீங்கள் கொடுத்த அசைன்மெண்டை முடித்துவிட்டேன்!"

"சீக்கிரம் சொல்லுங்கள்!"

"இரண்டு விஷயங்கள் கண்டுபிடித்துள்ளேன்!"

"என்ன இரண்டு விஷயங்கள்?"

"ஒன்று- பேண்டேஜ் சுற்றிய உருவம் பெண். அந்தப் பெண்ணின் முகத்தை ஸ்கேன் செய்து உங்களுக்கு அனுப்பியுள்ளேன்... பாருங்க!"

"நன்றி!"

"அந்த 45 நொடி வீடியோ கிளிப்பிங்கில் மம்மி உருவம் பதினைந்து வார்த்தைகள் அடங்கிய வாக்கியத்தை ஆணித்தரமாக அறிவித்துள்ளது!"

"சீக்கிரம் சீக்கிரம், அந்த வாக்கியத்தைக் கூறுங்கள்!"

"கூறுகிறேன்... உங்களுக்கு உபயோகப்படுகிறதா எனப் பாருங்கள்!"

கறுப்பு பூனைக் கூட்டம்

"கமான்... கமான்!"

" 'ஆணையிட்டுக் கூறுகிறேன்... என்னை நெருங்காதீர்கள்... நெருங்கினால் சுடச்சுட மரணம்... டியாரா குடும்பத்தையும் அழித்தொழிப்பேன்... நான் 603103... மியாவ் மியாவ்...' - அந்த உருவம் காற்றில் எழுதிய வாக்கியம் இதுதான்!"

கிரீன் பேசும்போதே அவரின் மடிக்கணினி புகைய ஆரம்பித்தது. பதறி எழுந்தார் கிரீன். மடிக்கணினி தீப்பிடித்து எரிந்து பெரும் சப்தமாய் வெடித்தது.

ஜன்னலில் ஒரு கறுப்புப்பூனை தோன்றியது.

அதன் கண்கள் இரத்த நிறத்தில் மிளிர்ந்தன.

கறுப்புப்பூனை கிரீனின் மீது பாய்ந்தது. கிரீன் பூனையை தட்டிவிட்டார். ஆனாலும் பூனை கிரீனின் குரல்வளையைக் கடித்தது.

குரல்வளையில் ஓட்டை விழுந்து இரத்தம் பீறிட்டது.

இரத்தம் 'ஸீத்' என்று பத்தடி தூரத்துக்கு பீய்ச்சியடித்தது.

கிரீன் சரிந்தார். பூனை குரல்வளையை மேலும் கடித்துத் துண்டாக்கியது. கிரீன் துள்ளத் துடித்துப் பிணமானார். கறுப்புப்பூனை தரையில் பரவிய இரத்தக்குட்டையை நக்கியது.

இரத்தத்தைக் குடித்த கறுப்புப்பூனை குரல்வளைச் சதையைப் புசிக்க ஆரம்பித்தது.

"கிரீன்! கிரீன்!" என அலறினான் நிலாமகன்.

கிரீனுடனான தொடர்பு சட்டென்று அறுந்தது. ஏதோ ஒரு அசம்பாவிதம் கிரீனுக்கு நடந்ததை நடப்பு நொடி நிலாமகனுக்கு உணர்த்தியது.

நிலாமகன் தனது நெற்றியில் பலமாக அறைந்து கொண்டு, "டாமிட் டாமிட்!" என்றான்.

அதென்ன 603103?

அந்த நேரங்கெட்ட நேரத்திலும் அந்த ஆறு இலக்க எண் நிலாமகனை இடைவிடாது துன்புறுத்தியது.

* * * *

தேஜி பார்க்கும் போதே பிணந்தின்னி கழுகின் குஞ்சு, அணில் குஞ்சாய் உருமாறி ஓடியது. உடைந்த கண்ணாடி நொடியில் சீரானது.

செங்கல்வராயன் ஆங்கில 'ஓ' வடிவத்தை வாயில் செய்து வாயைப் பொத்திக் கொண்டார்.

"முருகா! என்ன நடக்கிறது இங்கே?"

"நடக்கும் அனைத்து கறுப்புச் சம்பவங்களுக்கும் மிக விரைவில் முற்றுப்புள்ளி வைப்போம். முருகனருள் நமக்குக் கிட்டட்டும்!" எழுந்தாள் தேஜி.

"கீப் இன் டச் வித் அஸ். எந்தத் தகவல் கிடைத்தாலும் எங்களிடம் பகிருங்கள்... என்னுடைய கைப்பேசி என்னைக் குறித்துக் கொள்ளுங்கள்!" கொடுத்தாள், குறித்துக் கொண்டார் செங்கல்வராயன்.

தேஜி படிக்கட்டுகளில் தாவித்தாவி இறங்கினாள். வாகனத்தை ஸ்டார்ட் செய்தாள். ராஜா முத்தையா ஹாலுக்குப் பறந்தாள்.

தாம்பூலம் தரித்தபடி மேலாளர் அமர்ந்திருந்தார்.

"நமஸ்காரம் சார்!"

"நமஸ்காரம், என்ன விஷயம் அம்மா?"

"கடந்த ஜனவரி மாதம் ஒண்ணாம் தேதி 'மிஸ்டர் தமிழ்நாடு 25' நடந்தது அல்லவா? அதனை நடத்தியவர்கள் யார் என்பதனை அறிய வந்திருக்கிறேன்"

"நீங்க போலீஸா?"

"நான் டிடக்டிவ் தேஜஸ்வனி!"

"உங்களின் அடையாள அட்டையைக் காட்ட முடியுமா?"

   கறுப்பு பூனைக் கூட்டம்

"ஒய் நாட்?" காட்டினாள். முன்னும் பின்னும் திருப்பிப் பார்த்துவிட்டுக் கொடுத்தார்.

"அன்றைய நிகழ்ச்சியை நடத்தியவர்கள் 'நெல் யூத் ஆர்கனைஸேஷன்'. அந்த அமைப்பின் சார்பாக முபாரக் என்பவர்தான் நிகழ்ச்சியை நடத்தினார். பண விஷயத்தில் தாராளமாக நடந்து கொண்டார். குறைவாகப் பேசினார்!"

"ஆள் பார்க்க எப்படி இருந்தார்?"

"அரபு முஸ்லிம் போல இருந்தார். நம்மைப் போலத்தான் தமிழில் பேசினார்!"

"அவர்களின் அமைப்பு முறைப்படியாக அரசு பதிவு செய்யப்பட்டிருந்ததா?"

"அவர்களின் லெட்டர்பேடில் நான் பதிவெண் பார்த்தேன்!"

"அவர்களின் லெட்டர்பேடை நான் பார்க்க முடியுமா?"

"இருங்கள். பைல் பண்ணி வைத்திருக்கிறேன். எடுத்து காட்டுகிறேன்!" ஒரு கோப்பை எடுத்து அதிலிருந்து ஒரு தாளை தனியே எடுத்து நீட்டினார்.

அந்தத் தாளை எடுத்து ஆராய்ந்தாள் தேஜி.

நெல் யூத் ஆர்கனைஸேஷனின் தலைவராக அபநப் என்கிற பெயரும், செயலாளராக தீவ்ரெட் என்கிற பெயரும், பொருளாளராக சனோரா என்கிற பெயரும் இருந்தன.

அவர்களின் தலைமையக முகவரி ஹைதராபாத்தில் இருந்தது.

தரைத் தொலைப்பேசி எண் மட்டும் கொடுக்கப்பட்டிருந்தது.

தனது கைப்பேசி மூலம் அந்தத் தரைப்பேசி எண்ணைத் தொடர்பினாள் தேஜி. 'இந்த எண் உபயோகத்தில் இல்லை' என்கிற பதிவு செய்யப்பட்ட குரல் கிளிப்பிள்ளை போல் பேசியது.

அந்த லெட்டர்பேடை புகைப்படம் எடுத்துக் கொண்டாள் தேஜி.

"சார்... ஒரு கேள்வி!"

"கேளுங்க!"

"உங்க ஹாலை புக் பண்ணும் நிறுவனம் உண்மையானதா, உப்புமா கம்பெனியா என ஆராய மாட்டீர்களா?"

"அது எங்கள் வேலை இல்லை. நாங்கள் அரசியல் கூட்டங்களுக்கு ஹாலை தருவதில்லை. மற்றபடி பணம் கொடுக்கும் யாராக இருந்தாலும் ஓ.கே.தான்!"

"நிகழ்ச்சி நடக்கும்போது முழுவதும் நீங்கள் இருந்தீர்களா?"

"முழுவதையும் நான் பார்க்கவில்லை!"

"எங்கே போயிருந்தீர்கள்?"

"அலுவலகத்தில் அமர்ந்து அலுவலகப் பணிகளைப் பார்த்துக் கொண்டிருந்தேன்!"

"அன்று நடந்த நிகழ்ச்சியில் எத்தனை இளைஞர்கள் கலந்து கொண்டனர்?"

"அறுபது பேர் இருப்பார்கள் என நம்புகிறேன்!"

"அவர்களுக்கு நிகழ்ச்சி அமைப்பாளர்கள் என்ன போட்டி வைத்தார்கள்?"

"நிகழ்ச்சியில் ஓர் இளைஞர் அழைக்கப்பட்டவுடன் அவரது உயரம், மார்பளவு, நிறம், கருவிழி, கல்வித்தகுதி, பார்க்கும் பணி, பிறந்த தேதி பின்னணியில் அறிவித்தார்கள். அதன்பின் பத்து அறிவுப்பூர்வமான கேள்விகள் கேட்டார்கள். பத்துக் கேள்விகளுக்கு 75 மார்க். ஆளுமைக்கு 25 மார்க்..."

"நிகழ்ச்சிக்கு ஆடியன்ஸ் எவ்வாறு அனுமதிக்கப்பட்டனர்?"

"அனுமதி இலவசம் என்பதால் கூட்டம் நிரம்பி வழிந்தது!"

"நிகழ்ச்சியை எதாவது ஒரு டி.வி. சானல் ஒளிப்பதிவு செய்ததா"

"நேரடி ஒளிபரப்பு எதுவும் நடக்கவில்லை. ஆனால், நிகழ்ச்சி ஒளிப்பதிவு செய்யப்பட்டது!"

　　　　　　　கறுப்பு பூனைக் கூட்டம்

"நிகழ்ச்சிக்கு நடுவர்களாக எத்தனை பேர் இருந்தார்கள்?"

"மூன்று பேர்!"

"மூவரில் ஆண் எத்தனை பேர், பெண் எத்தனை பேர்?"

"இரண்டு ஆண்கள், ஒரு பெண்!"

"அவர்களின் பெயர்கள் தெரியுமா?"

"எனக்குத் தெரியாது மேடம்"

எலக்ட்ரிஷியன் உள்ளே வந்தான்.

"சார்!"

"என்னப்பா?"

"ஜெனரேட்டர் ரிப்பேரை சரி செய்துட்டேன்... (தேஜி பக்கம் திரும்பி) சார்கிட்ட என்னம்மா கேட்டுட்டு இருந்தீங்க?"

"புது வருடப் பிறப்பன்று நடந்த 'மிஸ்டர் தமிழ் நாடு 25' நிகழ்ச்சிக்கு நடுவர்களாக இருந்தவர்களின் பெயர்கள் தெரியுமா எனக் கேட்டேன்!"

சிரித்தான்.

"இந்த மாதிரி கேள்விகளை எல்லாம் நீங்க என்கிட்டதான கேக்கணும்!"

"உனக்குத் தெரியுமா?"

"தெரியும்!"

"சொல்லு, சொல்லு..."

"நடுவரில் ஒருவரின் பெயர் சித்தரஞ்சன். அவர் ஒரு பெங்காலி எழுத்தாளர். இரண்டாவது நடுவரின் பெயர் பஜன்லால். அவர் ஒரு நார்த் இண்டியன் கோடீஸ்வரர். மூன்றாவது நடுவரின் பெயர் பொற்கொடி. வயது நாற்பது இருக்கக்கூடும். அவர் அமெரிக்கப் பெண் என்றால் அமெரிக்கப் பெண். அவர் பிரஞ்ச் பெண் என்றால் பிரஞ்ச் பெண். அவர் எஸ்கிமோ பெண் என்றால் எஸ்கிமோ பெண். அவரது முகம் எல்லா நாட்டுப்

பெண்களுக்கும் பொதுவான முகம். தேன் நிற தலை முடி கேசம். பழைய நடிகை வைஜெயந்திமாலா கண்கள். அவரது அழகை வருடம் முழுக்க உட்கார்ந்து வர்ணித்துக் கொண்டே இருக்கலாம். அழகில் ரம்பை, ஊர்வசி, மேனகா எல்லாம் அந்தம்மாவின் கால்தூசிக்குச் சமம்..."

"நீ வர்ணிக்கிறதைப் பாத்தா அந்தம்மா அழகில மயங்கிட்ட போல..."

"பின்ன? நான் மட்டுமா மயங்கினேன்? மற்ற இரு நடுவர்கள் மயங்கினார்கள். போட்டியில் கலந்துகொண்ட இளைஞர்கள் மயங்கினார்கள். நிகழ்ச்சியைப் பார்க்க வந்த ஆடியன்ஸ் மயங்கோ மயங்கு என்று மயங்கினார்கள். நாமெல்லாம் பாம்பு என்றால் அந்தம்மா ஒரு மகுடி!"

"நிகழ்ச்சியில் எந்த இளைஞருக்கு முதல் பரிசு வழங்கப்பட்டது?"

"நடிகர் சமரனுக்கு முதல் பரிசுத் தொகை வழங்கப்பட்டது. கிரீடம் சூட்டினார்கள். சமரனுக்கு முதல் பரிசு கொடுத்தது பொருத்தமான தேர்வுதான்!"

"பணத்தை காசோலையாய் வழங்கினார்களா?"

"ஆம்... லேமினேட் செய்யப்பட்ட மிகப்பெரிய சைஸ் காசோலையை வழங்கினார்கள்..."

"பரிசுப் பணத்தை யாராவது ஸ்பான்ஸர் செய்தார்களா?"

"இல்லை!"

"நிகழ்ச்சியை டி.வி.சானலுக்குத் தெரியாம யாராவது வீடியோ பதிவு பண்ணாங்களா?"

"அதெப்படி எனக்குத் தெரியும்?"

"உண்மையைச் சொல். உனக்குப் பணம் தருகிறேன்!"

"ஐம்பதாயிரம் ரூபாய் தருவீர்களா?"

"தருகிறேன்!"

   கறுப்பு பூனைக் கூட்டம்

"வீடியோவை நான்தான் திருட்டுத்தனமாக எடுத்தேன். ஆனால்..."

"என்ன ஆனால்?"

"ஆடியோ சரியாக இருக்காது. வீடியோ தரமும் மோசமாக இருக்கும்..."

"பரவாயில்லை!"

பேண்ட் பாக்கட்டிலிருந்து ஒரு பென் டிரைவை எடுத்தான் எலக்ட்ரிஷியன். "இதில் வீடியோ இரண்டு மணிநேரம் ஓடும்!"

- வாங்கினாள்.

தனது மடிக்கணினியை உயிர்ப்பித்தாள். பென் டிரைவைச் செருகினாள்.

வீடியோ ஓட ஆரம்பித்தது.

நடுவர்களின் நடுவே அமர்ந்திருந்த பொற்கொடியை வீடியோ காட்டியது. பொற்கொடி கால்மேல் கால் போட்டு அமர்ந்திருந்தாள்.

அசப்பில் கேத்தரின் ஸீட்டா ஜோன்ஸ் மாதிரி இருந்தாள். இந்திய சராசரியை மீறிய உயரம்.

நிகழ்ச்சியின் இடை இடையே...

சிரித்தாள்...

ஈஸ்ட்ரோஜென் புரஜெஸ்ட்ரான் புயல் சுழன்றடித்தது.

இரு கைகளை காற்றில் வீசினாள்...

காற்றும் கடலும் ஒரு கணம் நின்று இயங்கின!

பிருஷ்டம் அகன்று இருந்தது. மார்புகள் விம்மி இருந்தன. இடையோ குறுகி இல்லாதது போல் இருந்தது.

அவளது செர்ரி இதழ்களில் கொம்புத்தேன் சுரந்தது.

அவளது குரலில் குயில்கள் தோப்பு.

மொத்தத்தில் அவள் பிரபஞ்சத்து இளவரசியாகத் தெரிந்தாள். கோடிப் பூக்களின் வர்ணமாயும் நறுமணமாயும் அவள் இருந்தாள்.

அவளின் பேச்சு ஒரு கவிதையாகவும் சங்கீதத் துணுக்காகவும் பிரமை தந்தது.

பிரம்மனின் அதிகாலைக் கனவோ அவள்?

மிருகங்களின், பறவைகளின் யௌவன அம்சங்கள் அவளிடம் மொத்தமாகக் குடியிருந்தன.

தமிழின் ராகங்கள் அனைத்தும் மனித உருவெடுத்து நடுவராய் அமர்ந்திருக்கிறதோ?

நிகழ்ச்சியின் பிரதான அம்சம் இளைஞர்கள் அல்ல - நடுவராய் அமர்ந்திருக்கும் அவள்தான்!

நிகழ்ச்சி முழுவதையும் பார்த்து முடித்தாள் தேஜி.

"பணம்?" இழுத்தான் எலக்டரிஷியன்.

"உன்னிடம் கூகுள் பே இருக்கிறதா?"

"இருக்கிறது!" தனது கூகுள்பே எண்ணைக் கூறினான்.

"பணத்தை அனுப்பிவிட்டேன். பார்த்துக்கொள்!"

"பணம் வந்துவிட்டது!" எனக் கூறியவனின் மூக்கில் இரத்தம் வழிந்தது. விரல்களில் ஒற்றி எடுத்துப் பார்த்தான். இரு காதுகளில் இரத்தம் பூத்தது. இருகண்களில் இரத்தம் வெளியேறியது. கடைவாயில் இரத்தம் கோடு வரைந்தது.

அவன் இதயம் பட்டென்று வெடித்தது. ஆறுலிட்டர் இரத்தம் நவ துவாரங்களிலிருந்து வெளியேறியது.

நெஞ்சைப் பிடித்துக்கொண்டான்.

வேரிழந்த மரமாய் தொப்மீரினான் எலக்ட்ரிஷியன். மடிக்கணினி 'பட்பட்' என்ற சப்தத்துடன் வெடித்துச் சிதறியது.

———◦◦———

18

கண்ணொளிரக் கால் இழைந்து
மியாவிக் குழையும்
பூனைகளற்றுப் போனது
பெரும்வாழ்வு
மனவெளித் தனிமைக்குள்
பெருங்குரலெடுத்து
பிறாண்டிக் கொண்டிருக்கிறது
பூனைகள் கத்தாத இரவு
    – ஜெயாபுதீன்

மேலாளர் அலறினார். "என்னாச்சு எலக்ட்ரிஷியனுக்கு?"

"வெயிட் வெயிட், ஐ வில் கால் தி டாக்டர்!" தேஜி.

கைப்பேசியை உயிர்ப்பித்து மருத்துவரை அழைத்தாள். கரிந்து போன மடிக்கணினியை வெறித்தாள்.

கழிவறைக்கு ஓடிச்சென்று வாளியில் தண்ணீர் எடுத்து வந்தாள். மடிக்கணினி மீது ஊற்றினாள்.

ஆம்புலன்ஸ் வந்து சேர்ந்தது.

மருத்துவர் ஓடி வந்தார். "யாருக்கு என்ன பிரச்சினை?"

கீழே கிடந்த எலக்ட்ரிஷியனை சுட்டினாள். "அவர் உயிரோட இருக்காரா இல்லையான்னு செக் பண்ணுங்க!"

மருத்துவர் சோதித்தார். சில பல நிமிடங்களுக்குப் பின் எழுந்தார். "ஹி இஸ் ஆல்ரெடி டெட்!"

"என்னாச்சு அவருக்கு?"

"மாஸிவ் ஹார்ட் அட்டாக்!"

"எங்களோடு நல்லாதான் பேசிக்கிட்டிருந்தார். திடீர்னு கண் காது மூக்குல இரத்தம் வந்துச்சு..."

அறைக்குள் ஒரு வண்டு பறந்து வந்தது. 'ரீங்!'

அந்த வண்டு நாவல் பழ நிறத்தில் இருந்து.100 கிராம் எடை இருக்கும். வண்டின் பார்வை முழுக்க தேஜி மீதுதான் படிந்திருந்தது

ரீங்காரமிட்டபடி தேஜியின் முகம் நோக்கி வந்தது. கன்னத்தைக் கடிக்க முயன்றது. அனிச்சையாக தட்டிவிட்டாள். கீழே விழுந்த வண்டு மீண்டும் தேஜி நோக்கிப் பாய்ந்தது.

தேஜி முனைப்பானாள்.

வலதுகையால் இருமுறை மொத்தினாள். இரண்டாவது மொத்தலில் வண்டு தேஜியின் கையைக் கவ்விக்கொண்டது. உதறினாள்.

விடாமல் கையைக் கவ்வியிருந்த வண்டு தேஜியைக் கடிக்க ஆரம்பித்தது.

இடதுகையால் வண்டைப் பியத்தெடுத்தாள்.

வண்டைக் கரகரவெனச் சுற்றித் தரையில் சாத்தினாள். மேலாளரும் மருத்துவரும் தலைக்கு மேல் இரு கைகளை வைத்துக்கொண்டு ஓட ஆரம்பித்தனர்.

தரையில் அடித்த அடியில் வண்டு கூழாகிவிடும் என எதிர்பார்த்தாள் தேஜி.

வண்டோ ரம்பம் போன்ற குழல்வாயை துருத்திக்கொண்டு மீண்டும் தேஜி நோக்கிப் பாய்ந்தது.

குதிரை ஸ்டேன்ஸ் அமைத்து நின்றாள் தேஜி.

வண்டின் மீது அதிரடி தாக்குதல் ஆரம்பித்தாள்.

வண்டு சிறிதும் அசரவில்லை. தேஜியின் உடலின் பல பகுதிகளைக் கடிக்க ஆரம்பித்தது. கடிபட்ட இடங்கள் வீங்க ஆரம்பித்தன.

                           கறுப்பு பூனைக் கூட்டம்

தேஜியின் உடலுக்குள் ஒவ்வாமை பூத்தது. பலூன் போல வீங்க ஆரம்பித்தாள்.

தேஜி அதற்கும் மேல் சிறிதும் யோசியாது இடுப்பிலிருந்து துப்பாக்கியை எடுத்தாள்

குறி பார்த்து சுட்டாள். ப்யூங்.

குறி தவறியது.

இரண்டாவது தடவை முயன்றாள். குறி தவறவில்லை.

வண்டு சதைத் துணுக்குகளாய்ச் சிதறியது- 'பொள்ச்.'

மயங்கி விழுந்தாள் தேஜி. ஓடிவந்து சோதித்தார் மருத்துவர். டெக்கட்ரான் இன்ஜெக்ஷனை நடுநெஞ்சில் செலுத்தினார்.

* * * *

ஆறாவது பரிமாணத்தில் ஜின்களின் உலகம் உயிர்த்திருந்தது. உக்கிர சூரியன் ஐம்பது டிகிரி சென்டிகிரேட் வெப்பத்தை துப்பிக் கொண்டிருந்தது.

இரத்தசிவப்புநிறவீடுகள்ஆயிரக்கணக்கில்கட்டப்பட்டிருந்தன. சாலைகளில் எட்டடி உயர ஜின்கள் நடந்து போய் கொண்டிருந்தன. பெண் ஜின்கள் ஹிஜாப் அணிந்திருந்தன. தங்களது இடுப்பில் குழந்தைகளை தூக்கி வைத்திருந்தன.

சிவப்புநிற ஒட்டகங்களிலும் சிவப்புநிற கோவேறு கழுதைகளிலும் ஆண் ஜின்கள் அமர்ந்து சவாரி செய்தன.

சில வசதிவாய்ப்பு மிகுந்த ஜின்கள் வெள்ளைக்குதிரைகளில் பறந்து கொண்டிருந்தன.

ஜின்கள் அரபி அல்லாத வேறு மொழியில் பேசிக் கொண்டன.

சாலை முகப்புகளில் உணவுவிடுதிகள் அமைந்திருந்தன. அங்கு நெருப்புக்கங்குகளும் நல்லி எலும்புகளும் உணவுகளாக விற்கப்பட்டு கொண்டிருந்தன.

ஜின்களுக்கு கோரை தலைமுடி கேசமும் வட்டவடிவச் சிவப்புக் கண்களும் முந்திரிப்பழ மூக்குகளும் சிங்கப் பற்களும்

இருந்தன. கழுத்திலிருந்து கணுக்கால் வரை தொங்கும் அங்கிகள் உடுத்தியிருந்தன.

சில ஜின்களுக்கு பிசிறுதட்டிய தாடி இருந்தது. சில ஜின்கள் தலையில் தலைப்பாகை அணிந்திருந்தன.

ஒரு வீட்டில்...

ஒரு ஜின் தொழுது முடித்தது.

"அஸ்ஸலாமு அலைக்கும்!"

"வஅலைக்கும் ஸலாம்!"

பதில் ஸலாம் கூறிய ஜின்தான் இமாம் கஸ்ஸாலிக்கு மாந்திரீகத்தில் துணையாக இருந்தது. அந்த ஜின்னின் பெயர் அலி.

அலியின் தந்தை ஜின் சிரித்தது.

"ஏன் சிரிக்கிறீர்கள் பாவா?"

"ஜின்களுக்கு இல்லாத ஒரு குணம் உனக்கு இருக்கிறது!"

"என்ன குணம்?"

"கோழைத்தனம்!"

"என்னுடைய எந்தச் செயலில் கோழைத்தனத்தைக் கண்டீர்கள்?"

"இமாம் கஸ்ஸாலி கொல்லப்பட்ட போது அவருக்கு உதவாமல் நீயும் உன் மூன்று சகாக்களும் தப்பித்து ஓடி வந்துவிட்டீர்களே... அதற்குப் பெயர் கோழைத்தனம்தானே?"

"அல்லாஹ் என்ன காரணத்துக்காகவோ தீமையை நீடிக்க அனுமதிக்கிறான்... அதனை உணர்ந்தே நாங்கள் ஜின்கள் உலகம் திரும்பினோம்!"

"உங்களால் ட்ரோன் வெடிப்பதை தவிர்த்திருக்க முடியாதா?"

"முடியாது!"

"யார் இதனைச் செய்தார்கள் என்பதனை அறிவாயா?"

"அறிவேன்!"

"யார் அவர்கள்?"

"மதத்தின் பெயரால் தீவிரவாதம் செய்யும் உன்மத்தர்கள்!"

"இறைவன் இவர்களை ஆதரிப்பானா?"

"மாட்டவே மாட்டான். மறுமையில் தண்டிக்கவே செய்வான்!"

"தீவிரவாதிகள் இமாம் கஸ்ஸாலியை கொல்லவா குறி வைத்தார்கள்?"

"இல்லவே இல்லை!"

"பின்னே?"

"லெப்டினெண்டை கொல்ல முயன்றார்கள். குறி தவறியது!"

"குறி தவறியதா, குறி தவற வைக்கப்பட்டதா?"

"குறி தவற வைக்கப்பட்டது!"

"யாரால்?"

"ஒரு தீயசக்தியே இதனைச் செய்தது!"

"யாரந்த தீயசக்தி?"

"அதனை என் வாயால் சொல்ல முடியாது. தகுந்த நேரத்தில் உண்மை வெளிப்படும்!"

"அந்தத் தீயசக்தியை கண்டுபிடித்து அழித்தொழிக்க யாராவது கிளம்பியுள்ளார்களா?"

"ஆம்!"

"யார் அவர்கள்?"

இடதுகையில் அலி என்கிற ஜின் மையை தடவியது. மை பொரபொரத்தது. ஒரு காட்சி தென்பட்டது.

"இந்தக் காட்சியில் தெரிவது யார்?"

"துப்பறியும் நிபுணர் டியாரா ராஜ்குமார். மரணப் படுக்கையில் படுத்திருக்கிறான்!"

"யாரால் இது நடந்தது?"

"தீயசக்தியின் கைங்கரியம்!"

"இந்தத்துப்பறியும்நிபுணன்உயிர்பிழைக்கவாய்ப்பிருக்கிறதா?"

"வாய்ப்பு மிகக்குறைவே!"

"அலி, உனக்கு ஒரு வேண்டுகோள்!"

"என்ன?"

"நம்முடைய ஜின் இனத்தில் கெட்டவர்கள் அதிகம். ஆனால், நாம் நன்மையை நாடுபவர்கள். நீ ஏன் அந்த துப்பறியும் நிபுணரை உயிர் பிழைக்க வைத்து அவன் மூலம் தீயசக்தியை அழித்தொழிக்கக் கூடாது?"

"என்னால் முடியுமா?"

"என்ன கேள்வி கேட்கிறாய்? இறைவனின் துணையோடு இந்த காரியத்தில் ஈடுபடு!"

அலி வீறு கொண்டெழுந்தது.

"நாரே தக்பீர் அல்லாஹு அக்பர்!"

"புறப்படு மகனே!"

அலி திக்ர் எடுத்துக்கொண்டே வீட்டின் கொல்லைப்புறத்துக்கு பாய்ந்தது. அங்கே ஒரு வெள்ளைக்குதிரை கட்டப்பட்டிருந்தது. அதற்கு நான்கு இறக்கைகள்.

அலியைப் பார்த்ததும் குதிரை 'ழீயேய்' என சப்தம் எழுப்பியது.

அலி, வெள்ளைக்குதிரை மீது தாவி அமர்ந்தது. 'ஹேஹேய்' என்கிற ஆர்ப்பரிப்புடன் மூன்றாவது பரிமாணத்துக்கு காற்றின் வேகத்தில் கடுகியது.

குதிரையுடன் அலி டியாரா ராஜ்குமார் அட்மிட் செய்யப்பட்டிருந்த மருத்துவமனை வாசலுக்கு வந்து சேர்ந்தது.

   கறுப்பு பூனைக் கூட்டம்

இறங்கி இன்டென்ஸிவ் கேர் யூனிட்டுக்கு நடந்தது அலி.

ஐ.சி.யூ. சுவர்களை ஊடுருவி டியாராவின் முன் போய் நின்றது. டியாரா செயற்கை சுவாச கருவி இணைக்கப்பட்டுப் படுத்திருந்தான்.

டியாராவைப் பார்த்ததும் அலி பின்வரும் வசனத்தை ஏழுமுறை முணுமுணுத்தது. "அஸ்அலுல்லாஹல் அளீம ரப்பல் அர்ஷில் அளீமி அய்யஷ்ஃபியக"

(உனக்கு சுகம் தரவேண்டி மகத்தான அர்ஷுடைய இரட்சகனான மகத்துவமிக்க அல்லாஹ்விடம் நாம் வேண்டுகிறோம்.)

அலி டியாராவின் தலையில் கைவைத்து ஓத ஆரம்பித்தது. "எல்லாப் புகழும் இறைவனுக்கே! சாந்தி சமாதானம் இறைத் தூதர்களில் சிறந்த முஹம்மது நபி அவர்கள் மீதும் அவர்கள் குடும்பம் தோழமை மற்றும் அனைவர் மீதும் உண்டாகட்டும்! கீர்த்தியும் கண்ணியமும் கொண்ட ஒருவனைக் கொண்டு பாதுகாப்பு தேடுகிறேன். கோள்களின் இறைவனை பற்றிப் பிடிக்கிறேன். மரணம் இல்லாத நித்திய ஜீவனாக ஒருவன் மீது நம்பிக்கை கொள்கிறேன். இந்த நோயையும் கொள்ளை நோயையும் (எம்மைவிட்டும்) திருப்புவாயாக. நிச்சயமாக நீ அனைத்துப் பொருட்கள் மீதும் ஆற்றல் உடையவன். இறைவன் மிகச் சிறந்த பாதுகாவலன். அவன் இரக்கமுடையவர்களின் மேலான இரக்கமுடையவன்!"

டியாராவின் நெஞ்சை அலி நீவிவிடத் தொடங்கியது.

அலிக்கு பின்னால் ஓர் உருவம் கோடி நீலநிற ஒளி புள்ளிகளாய் உய்க்கியுய்க்கியது. அந்த உருவத்தின் வலதுகை உயர்ந்தது.

வலதுகை விரல்கள் ஒன்றாக இணைந்தன.

இணைந்த விரல்கள் பளபளக்கும் கூர்மையான கத்தியாய் நீண்டன.

கத்தி 'விஷ்க்' என்று காற்றில் சீறியது.

மைக்ரோ நொடியில் அலியின் தலையைச் சீவியது.

"நாரே தக்பீர் அல்லாஹ§ அக்பர்!" என முணுமுணுத்தபடி அலியின் தலை தனியே போய் விழுந்தது. ஐந்து லிட்டர் பச்சைநிற இரத்தம் தலையற்ற முண்டத்திலிருந்து பொங்கி வழிந்தது.

முண்டம் வேரிழந்த மரமாய் தொமீரியது.

உருவம் சுவர்களை ஊடுருவிக் கொண்டு மருத்துவமனை வாசலுக்குப் பாய்ந்தது. அலி வந்த வெள்ளைக்குதிரை பார்வையானது.

குதிரையின் நான்கு கால்களையும் ஒரே விசிறலில் வெட்டி துண்டாக்கியது. கால்களை இழந்த வெள்ளைக்குதிரை "மீயேய்!" என்று கதறியது.

* * * *

அந்த ஆறு இலக்க எண்ணை, தொடர்ந்து நூறாவது முறையாக வெறித்தான், நிலாமகன்.

6-0-3-1-0-3

ஒரு நானோநொடியில் நிலாவின் ந்யூரான் செல்களில் ஒரு மின்னல் சொடுக்கியது.

இந்த ஆறு இலக்க எண், இந்தியப் பின்கோடாய் இருக்குமோ?

இணையத்தில் தேடினான்.

'603103' என்பது கேளம்பாக்கத்தைக் குறிக்கும்.

கேளம்பாக்கம், காஞ்சிபுரம் மாவட்டத்தில் இருக்கும் கிராமம். செங்கல்பட்டு தாலுகாவில் இருக்கிறது. கேளம்பாக்கத்தில் இரண்டாயிரம் வீடுகள் இருக்கின்றன. ஜனத்தொகை *15000*.

நாம் தேடும் பெண் மாயாவி கேளம்பாக்கத்தில்தான் இருக்கிறாள்.

கேளம்பாக்கத்தில் அவளை எப்படிக் கண்டுபிடிப்பது?

யோசித்து சூரியனித்தான்.

   கறுப்பு பூனைக் கூட்டம்

நின்ஜா ஆயுதங்களை எடுத்து உடலில் பதுக்கிக்கொண்டான். காலில் இரு கத்திகள். இடுப்பில் துப்பாக்கி.

காரை கிளப்பினான்.

கார் சீறிப் பாய்ந்தது. கார் கேளம்பாக்கத்தின் தபால் அலுவலகத்தின் முன் போய் நின்றது.

தலைமைத் தபால் அலுவலர் வரவேற்றார்.

"சார்! எனக்கு ஓர் உதவி வேண்டும்!"

"சொல்லுங்கள், செய்கிறேன் சார்!"

ஸ்கேன் செய்யப்பட்ட ஒரு பெண்ணின் புகைப்படத்தை நீட்டினான் நிலாமகன். "இந்த பெண் கேளம்பாக்கத்தில் எங்கிருக்கிறார்?"

வாங்கிப் பார்த்தார்.

"தெரியவில்லையே..."

"நன்கு யோசித்துப் பாருங்கள்!"

தபால் ஊழியர்கள் வாங்கிப் பார்த்தனர்.

ஒருவர் கூவினார். "எனக்கு இந்தம்மாவைத் தெரியும்!"

"கடற்கரையிலிருந்து இரண்டு கி.மீ. தொலைவில் ஓர் ஆடம்பர பங்களா இருக்கிறது. அங்குதான் இவர் வசிக்கிறார்!"

பங்களாவுக்குப் போகும் வழி கூறினார்.

பல இரகசியங்களை உள்ளடக்கிய அந்த பங்களாவுக்குள் காலடி எடுத்து வைத்தான் நிலாமகன்.

நிலாவின் வருகையைப் பார்த்த ஓர் உருவம் கெக்கலித்தது. "வா மகனே வா... பாம்பின் வாய் அருகே நிற்கும் தவளை நீ! இதோ இப்போதே உன்னை வாரிச் சுருட்டி விழுங்கிவிடுகிறேன்!"

மியாவ்!

———◦◦———

19

பூனையின் கண்கள் புதிர்ப்
பாதைகள்
நீலம் பாரித்துக்கிடக்கும்
பூனையின் கண்களுக்குள்ளிருந்தே
விரிகின்றன எனக்கான
பரமபத ஏணிகள்
 – ஜெயாபுதீன்

பங்களாவுக்குள் யுக இருட்டு கவிழ்ந்திருந்தது. நிலாவின் காலடியில் எதுவோ ஊர்ந்தது. குனிந்து தொட்டுத் தடவினான். வழுக்கியது. பற்றித் தூக்கினான்.

முகத்துக்கு நேரே ஒரு ராஜநாகம் படமெடுத்து ஆடியது.

இருட்டில் ஒரு பலிங்சடுகுடு ஆரம்பித்தது.

நிலாவின் முகத்தைக் கொத்த சீறிச் சினந்தது.

ஷிக்கும்!

சீற்றத்தின் திசை கணித்து முகத்தை எதிர்திசையில் கழைக் கூத்தாடினான்.

தொடர்ந்து கொத்த பலமுறை முயன்றது.

காற்றில் பாம்பின் நகர்ச்சியை அனுமானித்து தாக்குபுள்ளிகள் விலகினான்.

பிடித்திருந்த பாம்பை ரங்கராட்டினம் சுற்றுவது போலச் சுழற்றினான். பாம்புக்கு கிறுகிறுத்தது. சுழற்றல் முடித்து தரையில் வாஷர்மேன்பேட் டோபி போல சாத்தினான்.

தொடர்ந்து வெறி கொண்டு சாத்தினான்.

ராஜநாகம் கந்தல்கந்தலாய் பிய்ந்துபோனது. முகத்தில் பீய்ச்சியடித்த இரத்தத்தை இடது கையால் துடைத்துக் கொண்டான்.

பங்களாவுக்குள் தொடர்ந்து நடந்தான்.

பங்களாவின் உள்ளமைப்பு எகிப்து பிரமிடை ஒத்திருந்தது. சுவர்களில் வரையப்பட்டிருந்த ஓவியங்கள் மினுக்கின.

எங்கிருந்தோ மின்மினிப் பூச்சிகள் கூட்டம் பறந்துவந்தது. சீரியல் லைட் பல்புகள் போல ஒன்றோடொன்று கைகோர்த்தன.

நிலாவை நகலெடுத்து ஒரு வெளிச்ச நிலா உருவானான்.

நிலாவுக்கு எதிரே நின்று சிரித்தான்.

வெளிச்ச நிலா தனது வலதுகையை நீட்டினான். கை அப்படியே கத்தியாக நீண்டது. நம்பியாரின் லாவகமாக நிலாவைத் துண்டாடச் சுழன்றது.

'கிளிங் கிளிங் கிளிங்!'

நிலா, நின்ஜா கலையில் நிபுணன். இடதிலிருந்து வலது திசைக்குத் தாவினான். வலதுதிசையிலிருந்து இடது திசைக்குத் தாவினான்.

பாதுகாப்பான தூரத்துக்கு ஓடி முழங்காலிட்டான் நிலா.

எட்டு கூரிய முனைகள் கொண்ட எண்சுரிக்கன் ஆயுதங்களை வீசினான். அவை சக்ராயுதங்களாக காற்றை கிழித்துக்கொண்டு ஷிக்கும் பிக்குமின.

இணைந்திருந்த மின்மினிப்பூச்சிகளைத் தனித்தனியாக பிய்த்தெறிந்தன.

சருகுகளாய் மின்மினிப்பூச்சிகள் தரை வீழ்ந்தன.

தொடர்ந்து நடந்தான்.

மியாவ்!

டிஜிட்டல் கரகரப்பாய் குரல் எழுந்து சுவர்களில் எதிரொலித்தது.

உடம்பை நெளித்துக் கொடுத்தபடி ஒரு பூனை நடந்து வந்தது. பூனைப்பாதம் எழுப்பும் ஒலி நிலாவின் காதுகளில் துல்லியமாகக் கேட்டது.

மிகப்பெரிய கறுப்புப்பூனை ஸில்அவுட்டில் தெரிந்தது.

இருட்டிலும் பூனையின் கண்கள் ஆரஞ்சு நிறத்தில் பளபளத்தன.

பூனை தனது வாலை கேள்விக்குறியாய் வளைத்தது.

பூனையின் கறுப்பு ரோமங்கள் வெல்வெட்டி டாலடித்தன.

பூனை தனது இடது முன்னங்காலை உயர்த்தியது. கூர்மையான நகங்கள் குத்திக் கிழிக்க துள்ளத் துடித்தன.

இரத்தம் வழியும் நாக்கைச் சுழற்றி சப்புக்கொட்டியது.

பங்களாவுக்குள் அருவருப்பான நாற்றங்கள் கிளம்பின.

அழுகிப் போன வெங்காய நாற்றம்...

கல் உப்பின் முடை நாற்றம்...

மனித சதைகள் மக்கிப்போன வீச்சம்...

வெளவால் புழுக்கைகளின் கெச்சல் நாற்றம்...

கதம்ப நாற்றங்களுக்கு இடையே கறுப்புப்பூனை நிலா நோக்கி நடந்து வந்தது. நிலாவை எலியாகப் பாவித்து இரையெடுக்கும் தோரணை அதனிடம் இருந்தது.

கறுப்புப் பூனையை எதிர்கொள்ளத் தயாரானான் நிலா.

காலிலிருந்து குறும்கத்தியை எடுத்தான்.

கறுப்புப் பூனை, நிலாவின் குரல்வளை நோக்கிப் பாய்ந்தது.

மைக்ரோ நொடி அவதானித்து விலகினான்.

மீண்டும் மீண்டும்...

பாய்ந்தது!

ஒரு பாய்ச்சலில் கறுப்புப்பூனையின் நெஞ்சுப்பகுதியைக் கிழித்தான்.

சுடச்சுட இரத்தம் பீறிட்டது.

பூனை சுருண்டது.

தொடர்ந்து நடந்தான் நிலா. இடது புறத்திலிருந்து ஒரு புதிய பூனை முளைத்தது. வலதுபுறத்திலிருந்து இன்னொரு பூனை தோன்றியது.

புதுப்புது திசைகளில் புதிய பூனைகள் காட்சியளித்தன.

நிலாவைச் சுற்றித் தாக்குதல் வட்டம் அமைத்து நாற்பதுக்கும் மேற்பட்ட பூனைகள் வியூகம் அமைத்தன.

எல்லாமே கறுப்புப்பூனைகள்!

ஆனால், ஒரே மாதிரியான கறுப்பு அல்ல.

கருஞ்சாம்பல் நிறம்...

கறுப்பில் வெள்ளைப்புள்ளிகள்...

அந்திக் கறுப்பு...

விடியல் கறுப்பு...

காக்கா பொன் கறுப்பு...

கறுப்பும் நீலநிறமும் கலந்து...

அனைத்துப் பூனைகளின் கண்களிலும் அமானுஷ்யம் டன் கணக்கில் கொட்டிக் கிடந்தது. கொலைவெறி ஆங்காரம் இரத்த தாகம் அதன் உடல் மொழியில் பொங்கி வழிந்தது.

"ஹேய் கறுப்புப்பூனைகளா, என்னைக் கொல்லப் போகிறீர்களா?"

கறுப்புப்பூனைகள் உன்மத்தமாக தலையாட்டின.

"உண்மையாக நீங்கள் எல்லாம் யார்?"

பதில் இல்லாமல் முறைத்தன.

"சிறிது நேரத்துக்கு முன்தான் ஒரு பூனையை குத்திக் கொன்றேன்... உங்களையும் கொல்ல எனக்கு வெகுநேரம் ஆகாது... வந்த வழியில் ஓடி விடுங்கள்!"

கறுப்புப்பூனைகளின் மீசை ரோமங்கள் துடித்தன.

"நீங்கள் என்னைத் தாக்கவேண்டாம்... நானும் உங்களைத் தாக்க மாட்டேன்... சமாதான உடன்படிக்கை செய்து கொள்வோமா?" கண்களை மிக மெதுவாகச் சிமிட்டினான்.

பூனைகள் உறுமின.

"மியாவ்!"

"மியாவ்!"

"மியாவ்!"

"மியாவ்!"

ஒவ்வொரு பூனையின் மியாவும் ஒவ்வொரு மாதிரி இருந்தது.

பூனைகள் ரொனால்டோ, மெஸ்ஸி, நெய்மார் போல நிலாவின் மீது பாய்ந்தன. சட்டைப்பையிலிருந்து வெள்ளைப்பூண்டை எடுத்தான். பூண்டு சாற்றைப் பிழிந்து பூனைகளின் மீது விசிறினான்.

பூண்டு வாசனை ஒவ்வாத பூனைகள் விலகி ஓடின.

சில பூனைகள் நிலாவின் கையில் இருந்த பூண்டைப் பறிக்க முயன்றன.

பறிக்க முயன்ற பூனைகளுக்குப் போக்குக் காட்டினான்.

திராட்சைப் பழ, எலுமிச்சைப் பழ வாசனைகளை பூனைகளுக்கு காட்டினான்.

நெடி தாங்காது திணறின.

நிலாவின் கை ஓங்கியது.

பூனைகள் கராவின. வந்த திசை ஓடின.

     கறுப்பு பூனைக் கூட்டம்

"சபாஷ்!" என்கிற பாராட்டுடன் கைத்தட்டல் மிகைத்தது. வந்த திசை திரும்பினான் நிலா.

கண்கள் கூசும் ஒளிவேகத்தில் அவள் நின்றிருந்தாள். 'மிஸ்டர் தமிழ்நாடு 25' நடுவராக கலந்து கொண்ட பொற்கொடி!

நூறு கிளியோபாட்ராக்களின் பேரழகைக் கொண்டிருந்தாள். முகத்தில் மோனாலிஸா புன்னகை.

இரு கைகளிலும் கறுப்புப்பூனைகளை ஏந்தியிருந்தாள். இரு கால்களைச் சுற்றி ஏராளமான கறுப்புப்பூனைகள் நின்றிருந்தன.

பூனைகளோடு பூனைகளாய் அவள்... பூனைகளில் ஒருத்தியாய் அவள்... பூனைகளின் தேவமேய்ப்பவளாக அவள்... பூனைகளின் உபாசகியாய் அவள்...

"யார் நீ?"

"மிஸ்டர் தமிழ்நாடு 25-இல் மூன்று நடுவர்களில் ஒருவளாக கலந்து கொண்ட போது என் பெயர் பொற்கொடி... எனக்கு ஆயிரம் பெயர்கள் உண்டு!"

"உன்னுடைய உண்மையான பெயர் என்ன?"

"தெரிந்து என்ன செய்யப் போகிறாய்? என் பெயருக்கு அர்ச்சனை கிர்ச்சனை செய்ய உத்தேசமா?"

"சொல்லேன்... தெரிந்து கொள்கிறேன்!"

சோளிகளைச் சுழற்றிப்போட்டது போலச் சிரித்தாள்.

"என் பெயர் ஆடல்நங்கை!"

"இது உன் உண்மையான பெயரில்லை!"

"என் பெயர் இந்திரசேனா. நளமகராஜாவின் மகளின் பெயர்!"

"இதுவும் உன் உண்மையான பெயரில்லை!"

"என் பெயர் நித்திலா. முத்துகளைப்போல தூய்மையானவள்!"

"இல்லை!"

"மேகமாலா, மேகங்களின் பெயர்!"

"இதுதான் உன் உண்மையான பெயர்!"

"எப்படிக் கண்டுபிடித்தாய்?"

"உன் கண்களைப் பார்த்துக் கண்டுபிடித்தேன்!"

"என் பெயரைக் கண்டுபிடித்தாய். என்னைச் சுயமாகக் கண்டுபிடிக்க உனக்குத் தெரியவில்லையே... ஒரு அமெரிக்கனின் உதவியால்தானே என் இருப்பிடத்தைக் கண்டுபிடித்தாய்!"

"உன்னை என்ன செய்யலாம் என யோசிக்கிறேன்!"

"உன்னை நான் என்ன செய்யலாம் என நானும் யோசிக்கிறேன்!"

மேகமாலா ஒரு புத்தகத்தை எடுத்தாள். இடதுகையில் விரித்தாள்.

பண்டைய எகிப்தின் எழுத்து மொழியான 'ஹைரோகிளிப்ஸ்'ஸை உரக்க வாசிக்க ஆரம்பித்தாள். அவளது உச்சரிப்பு வினோதமாய் இருந்தது. மந்திர உச்சாடனம் புரிந்தாள்.

வலதுகையால் எதனையோ எடுத்தாள்.

நிலாவின் மீது தூவினாள்.

எகிப்து எழுத்து மொழியை உச்சரித்து "அப்ரக்க தப்ரா" என்றாள். நிலாவின் முகம் கூம்பியது. 24 மீசை ரோமங்கள் முளைத்தன. உடல் முழுக்க கறுப்பு ரோமங்கள் படர்ந்தன. பக்கவாட்டில் நீண்டான். இருகைகள் முன்னங்காலாகின. இருகால்கள் பின்னங்காலாகின. வால் முளைத்தது.

உடம்பு மாறுவதைத் தடுக்க பிரம்ம பிரயத்தனம் செய்தான் நிலா.

முடியவில்லை.

தொண்டைப் பெட்டியில் குரல்நாண்கள் மெலிந்தன.

நொடிக்கு நொடி மாறி நிலா முழுமையாக கறுப்புப்பூனை ஆனான்.

கைகளைச் சுண்டினாள், "என்னருகே வா!"

   கறுப்பு பூனைக் கூட்டம்

வாலைக் குழைத்தபடி நிலா மேகமாலாவின் கால்களுக்குப் போனான். மற்ற பூனைகளை முட்டித் தள்ளினான். அவளின் வாளிப்பான கால்களுக்குப் போனான்.

கால்களை நக்கினான்.

"மியாவ்!"

"என்னுடைய மந்தையில் ஒரு டிடக்டிவ் பூனை... பரவாயில்லை இருக்கட்டும்..." நிலாவை தூக்கி மார்போடு அணைத்துக் கொண்டாள் மேகமாலா.

மார்பின் கதகதப்பில் மயங்கி, சொக்கிப் போனான் நிலா.

⟨∘⟩

20

பூனைப் பாதங்களுடன்
மனிதனுக்குள்
மெல்ல நுழைகிறது மரணம்
பூனையின் அருகாமைக்
கதகதப்பில் இழைந்திழைந்து
நெருங்குகிறது துரோகம்
சிகரெட்டின் தீத்துளி போல்
கண்கள் ஒளிரும் பூனைகளுக்குள்
மட்டும்
ஏன் இத்தனை நரக வாசல்கள்
*– **ஜெயாபுதீன்***

மேகமாலா வாத்சல்யமாய் பூனையாய் மாறியிருந்த நிலாவை உறுத்தாள்.

“என்னைப் பிடிக்க வந்து அநியாயமாய் தோற்றுவிட்டாய். இனி காலமெல்லாம் நீ என் அடிமையாய் என் கால்களை நக்கிக்கொண்டு திரியப்போகிறாய். தினம்தினம் நான் நிகழ்த்தப் போகும் காதல் லீலைகளை கண்டு அசரப்போகிறாய். இருந்தாலும் என் ரகசியங்களை நீ அறிந்து கொள்ளாவிட்டால் உன் தலை வெடித்துவிடும் இல்லையா? அதனால் என் இரகசியங்களை ஒன்றுவிடாமல் கூறுகிறேன் கேள்!”

நிலா மௌனித்தான்.

“நான் பிறந்த ஊர் கேரளாவின் வயநாடு. என் தந்தையின் பெயர் ஆனந்தக்குட்டன். அவர் ஒரு நம்பூதிரி. மலையாள மாந்திரீகத்தை கரைத்துக் குடித்தவர். ஆப்பிரிக்கர்களின் வூடு மந்திரமும் அவருக்கு அத்துப்படி. என் தாயாரின் பெயர் சித்திரகாந்தா

சேச்சி. எனக்கு இரு அண்ணன்கள். அண்ணன்களுக்கு மாந்திரீகம் கற்றுத்தர விழைந்தார் என் தந்தை. அண்ணன்மார் மறுத்துவிட்டனர். இரு அண்ணன்களும் இளவயதிலேயே இறந்துவிட்டனர். மாந்திரீகம் கற்றுக்கொள்ள மறுத்ததால் என் தந்தையே அவர்களைக் கொன்றுவிட்டதாக ஊருக்குள் பேச்சு. அந்தப் பேச்சு உண்மையாகத்தான் இருக்கும். ஏனெனில் என் தந்தை அத்தனை கொடூரமானவர். அவர் பேச்சுக்கு யார் எதிர்ப்பேச்சு பேசினாலும் அவர்களை ஒழித்துக் கட்டிவிடுவார். எனக்குப் பத்து வயதிலேயே தனக்குத் தெரிந்த அனைத்து மாந்திரீகங்களையும் சொல்லிக் கொடுத்தார்!”

நிலா தலையாட்டினான். பூனையாக இருந்த சமரனைப் பார்த்துவிட்டான் நிலா. சமரனும் நிலாவைப் பார்த்தான்.

“இறந்த மிருகங்களை ஆடு மந்திரத்தால் பிழைக்க வைத்தேன். அடங்க மறுத்த ஊர்க்காரர்களை ஜோம்பிகளை விட்டு மிரட்டினேன். ஆவிகளின் உதவியால் பல தங்கப் புதையல்களைக் கண்டெடுத்தேன். ஒரு கட்டத்தில் எனக்கும் என் தந்தைக்கும் ஈகோ போர் மூண்டது. ஒரே உறையில் இரு கத்திகள் இருக்க முடியாதல்லவா? ஒருவர் மீது ஒருவர் மந்திரங்களை ஏவிக் கொண்டோம். கடைசியில் நானே ஜெயித்தேன். என் தந்தையை கொடூரமான முறையில் தீர்த்துக்கட்டினேன். என் தாயோ உயிர் பிச்சை கேட்டு என்னை விட்டு வெளியேறிவிட்டாள். இப்போது தன்னந்தனியள் ஆனேன். கையிலிருந்த தங்கம் என்னை கோடீஸ்வரி ஆக்கிற்று. சென்னைக்குக் குடிபெயர்ந்தேன். கல்லூரி படிப்புடன் உலகின் புராதன மொழிகளைக் கற்க ஆரம்பித்தேன். சமஸ்கிருதம், லத்தீன், கிரீக், ஹிப்ரு, அரபிக், சைனீஸ், பாஸ்க், ஹைரோகிளிப்ஸ், அக்காடியன், ஓலைச்சுவடி தமிழ்மொழிகளைத் தேடித்தேடிக் கற்றேன். இப்போது எனக்குஜம்பதுக்கும் மேற்பட்ட மொழிகள் பேச, எழுதத் தெரியும்!”

நிலா இறுகினான்.

“எனக்கு ஒரு எகிப்து மாணவன் நட்பானான். அவனின் பெயர் யோஸெப். எனக்குக் காம உணர்ச்சிகள் அதிகம். யாரையும் எனக்கு காதலிக்க விருப்பமில்லை. உபயோகித்த பின்

விட்டெறியவே விரும்புவேன். யோஸெப் என்னை எகிப்துக்குக் கூட்டிப் போனான். அங்கு பத்து வருடங்கள் தங்கியிருந்தேன். பண்டைய எகிப்து மாந்திரீகத்தைக் கற்றுக் கொண்டேன். தங்குமிடத்தை எகிப்து பிரமிடு போல மாற்றிக் கொண்டேன். மம்மிபிகேஷன் செய்ய எனக்குத் தெரியும். எகிப்து பிரமிடு ஆராய்ச்சியாளர்கள் பலருடன் நட்பானேன். ஒரு நாள் ஒரு பிரமிடின் உள்புறம் அமர்ந்து தியானித்துக் கொண்டிருந்தேன். அப்போதுதான் எகிப்திய பூனைக்கடவுள் பாஸ்டெட்டுடன் பேசினேன். பாஸ்டெட்டுக்கும் எனக்கும் ஒரே அலைவரிசை. பாஸ்டெட்டை எனக்குள் வந்து உறைய அனுமதித்தேன்... வெளிப் பார்வைக்கு நான் மேகமாலா. உள்ளுக்குள் காமவேட்கை டன் கணக்கில் கொண்ட பூனைக்கடவுள்.''

விக்கித்தான் நிலா.

"உலகப் பேரழகிகளின் பேரழகு என்னுள் வந்து குடியேறியது. எனது முப்பத்தியைந்தாவது வயதில் இந்தியா திரும்பினேன். வெளியுலக மெப்பனைக்கு சில பல தொழில்கள் தொடங்கினேன். கேளம்பாக்கத்தில் பங்களா வாங்கினேன். தனிமையில் ஒரு திட்டம் வகுத்தேன். அழகான இளைஞர்களைத் தேர்ந்தெடுத்து அவர்களைப் பூனையாக்கி என் கஸ்டடியில் வைத்துக் கொள்வது என முடிவெடுத்தேன். எப்போதெல்லாம் அவர்களுடன் உறவு கொள்ளத் தோன்றுகிறதோ அப்போதெல்லாம் நானும் பூனையாகி அவர்களுடன் உறவு கொள்வேன். பூனைகளின் காதல் வாழ்க்கை விசித்திரமானது. ஒரு பூனையால் ஒரே நாளில் பத்திலிருந்து இருபது தடவைகள் தாம்பத்யம் நிகழ்த்த முடியும். நான் ஒரு நிம்போமேனியாக். எனக்குப் பூனைகளுடனான தாம்பத்திய வாழ்க்கை தித்திக்கிறது. ஒவ்வொரு தடவை தாம்பத்யம் முடிந்ததும் ஆண் பூனையை அடித்து உதைத்து துன்புறுத்துவேன்...''

'சகிக்கவில்லை' என்கிற முகபாவத்தைக் காட்டினான் நிலா.

"தமிழ்நாட்டிலுள்ள அழகிய ஆண்களை எப்படித் தேடிக் கண்டுபிடிப்பது? ஓர் ஆணுக்கு ஆண்மை 25 வயதில்தான் பூரணத்துவம் அடைகிறது. எனது மூளைக்குழந்தைதான் 'மிஸ்டர் தமிழ்நாடு25.' எனக்கு பொற்கொடி என பொய்ப் பெயர் சூட்டிக் கொண்டேன். நிகழ்ச்சி நடத்தும் நிறுவனத்துக்கு

                          கறுப்பு பூனைக் கூட்டம்

பொய் முகவரியும் பொய் தரைப்பேசி எண்ணும் கொடுத்தேன். நிகழ்ச்சியை நடத்தினேன். அறுபது இளைஞர்கள் கலந்து கொண்டனர். அவர்களில் முப்பது பேர்களைத் தேர்ந்தெடுத்தேன்... முப்பது பேர்களில் முதன்மையானவன் சமரன். வாழ்க்கையில் ஒர் ஆணின் மீது மையல் கொண்டேன் என்றால் அது சமரனின் மீதுதான்...!"

சமரன் 'ஞே' என விழித்தான்.

"முதலில் சமரனைக் கைப்பற்றி பூனையாக்கத் திட்டமிட்டேன். சமரனுக்குப் பூனைக் கனவு ஒன்றினைப் பரிசளித்தேன். கனவின் தாக்கத்தில் சமரன் மிரண்டு போனான். தொடர்ந்து சமரனுடன் பூனையை வைத்து விளையாடினேன். ஷூட்டிங் ஸ்பாட்டில் கேரவனில் சமரனின் மீது பாய்ந்த கறுப்புப்பூனை நான்தான். மருத்துவமனையில் உடல் முழுக்க பேண்டேஜ் சுற்றிக்கொண்டு சமரனைப் பயமுறுத்தியதும் நான்தான். சமரனின் மீது பிரமிடு மாடலை விட்டெறிந்தேன். இமாம் கஸ்ஸாலி என் திருவிளையாடலை கண்டுபிடித்து விடாமலிருக்க அவருக்கும் எனக்கும் இடையே மந்திரத்தால் ஒரு இரும்புச்சுவர் எழுப்பினேன். லெப்டினென்டை தாக்க இருந்த ட்ரோனை திசை திருப்பி இமாம் கஸ்ஸாலியைச் சிதறடித்தேன். கழுகாய் மாறி இரு தீவிரவாதிகளைக் கொத்தினேன். ஜீப்பையும் ஹெலிகாப்டரையும் மோத வைத்து தூள் தூளாக்கினேன். தடய அறிவியல் நிபுணரின் கவருக்குள் இருந்த தாயத்தை பூனையாய் போய்க் கவ்வியது நான்தான். தான் எலி என்கிற மாயையை சமரனுக்குள் உருவாக்கினேன். மனோதத்துவ நிபுணர் செண்பக குழல்வாய்மொழியாக வந்ததும் நானே. சமரனின் மடியில் பூனையாய் அமர்ந்து கண்ணடித்ததும்நானே!"

உதடு பிதுக்கினான் நிலா.

"சமரனின் காதலி வான்முகிலை ஏன் உயிரோடு விட்டு வைத்தாய் எனக் கேட்பாய் நிலா. முப்பது ஆண்களை பூனையாக்கி கஸ்டடியில் வைத்துக்கொள்ளும் நான் முப்பது ஆண்களின் காதலிகளைக் கொல்வேனா? அது வீண் வேலை. வான்முகில் காதலனைப் பிரிந்து பிரிவுத்துயரில் துடிப்பதை ரசிக்க விரும்பினேன். அதனைப் போலவே தொடர்ந்து ரசித்து வருகிறேன்!"

சமரனின் முகம் இருண்டது. காதலிக்காக அழுதான்.

"மந்திர தந்திரங்கள் இவ்வுலகின் பௌதிக விதிகளுக்கு அப்பாற்பட்டவை. மந்திர தந்திரங்கள் இவ்வுலக தர்க்க நியாயங்களுக்குப் பொருந்தாதவை. இரவில் படுக்கையில் படுத்த ஆண்களைக் காலையில் காணாமல் போகச் செய்வது எனக்கு ஒரு பெரிய காரியமல்ல. சில பல எகிப்து துர்தேவதைகளை அடிமைப்படுத்தி வைத்திருக்கிறேன். அவர்கள் அலுங்காமல் குலுங்காமல் ஆண்களை என் மறைவிடத்துக்குத் தூக்கி வந்தார்கள். படுக்கையில் குழிவை ஏற்படுத்தியதும் அறைக்குள் எலிப்பள்ளங்களை உருவாக்கியதும் வென்டிலேட்டர் சுவரில் பூனைப் பாதங்களைப் பதித்ததும் போலீஸை திசை திருப்பவே...!"

நிலாவின் முகம் அஷ்டகோணலாகியது.

"இந்த இளைஞர்கள் என்னிடம் எவ்வளவுகாலம் பூனைவடிவத்தில் அடிமையாக இருப்பார்கள் எனக் கேட்க விரும்புகிறாய். இல்லையா நிலா? இவர்கள் தாம்பத்யத்துக்கு லாயக்கில்லாமல் போகும் போது சிறிதும் ஈவு இரக்கமில்லாமல் கொன்றுவிடுவேன். வருடாவருடம் ஒரு குறிப்பிட்ட இளைஞர்களைத் தேர்ந்தெடுத்து கடத்திக்கொண்டு வந்து பூனையாக்கிவிடுவேன். பூனைக் கடவுளின் தங்குமிடமாகிய எனக்குச் சாவே கிடையாது. என் காதல் வாழ்க்கை தொடர்ந்து கோலோச்சிக் கொண்டே இருக்கும்!"

பகபகவெனச் சிரித்தாள் மேகமாலா.

"நான் ஒரு மாந்திரீக ராணி. என்னை வெல்ல யாராலும் முடியாது. நான் காலத்தை வென்றவள். நிலா நீ ஒரு காதல் மன்னனின் மகன் என கேள்விப்பட்டிருக்கிறேன். நீயும் நானும் தாம்பத்யம் செய்வோமா?"

நிலா முரண்டி ஓட யத்தனித்தான்.

மேகமாலா தனது உடலை தடவிக்கொண்டாள்.

ஷிக் ஷிக் ஷிர்ரக்

மேகமாலா பிங்க் நிறப் பூனையாக மாறினாள்.

     கறுப்பு பூனைக் கூட்டம்

பூனையாக மாறியவள் விரகதாபமாய் குரல் கொடுத்தாள்.

நிலா தனது முன்னங்கால்களால் மேகமாலாவைத் தாக்கினான்.

மேகமாலா சிதறினாள். எழுந்தாள், மியாவினாள்.

அப்போது காட்சியமைப்புக்குள் அது நடந்தது!

ஸ்கேட்டிங் செய்தபடி ஸிஜா உள்ளே பாய்ந்தாள். "வந்துட்டேன் குட்டித் தலைவா, இனி எதிரிகள் சர்வநாசம்!"

மனோவேகத்தில் மேகமாலா பூனை வடிவத்திலிருந்து மனித வடிவத்துக்கு தாவினாள்.

தனது கையிலிருந்த மந்திரப் புத்தகத்தை வாசிக்க யத்தனித்தாள்.

ஸிஜா கையிலிருந்து துப்பாக்கியை நிமிர்த்திச் சுட்டாள். ப்யூங்!

"டோமரு... இது சாதா துப்பாக்கி இல்லை. எகிப்தில் இருக்கும் பிரமிடு நிபுணர் யாகியா தயாரித்த விசேஷ தோட்டாக்கள் அடங்கிய துப்பாக்கி. மேகமாலாவின் அசப்பில் ஒரு மாந்திரீகப் பெண்ணை தேஜி கனக்கச்சிதமாக யூகித்து அதற்கான நடவடிக்கைகளை என்னை எடுக்கச் சொல்லியிருந்தாள்... வாவ் சூப்பர் டிடக்டிவ் தேஜி...!"

மீண்டும் மீண்டும் சுட்டாள். ப்யூங்ப்யூங்!

தோட்டாக்கள் அனைத்தும் மேகமாலாவின் நெஞ்சை துளைத்து உடலுக்குள் ஆயிரம் துண்டுகளாய் சிதறின.

வலி மிகைத்தது. இரத்தம் பொங்கியது. நம்பமுடியாத பார்வை பார்த்தபடி பின்னுக்குச் சிதறினாள் மேகமாலா.

பூனைகளின் மீது கங்காரு சாசேஜ் அடங்கிய எராடிகேட் திரவத்தை பீய்ச்சினாள்.

"நான் எப்படி இங்க வந்தேன்னு பாக்றியா? வரதுக்கு முன்னாடி தேஜி தெளிவாய் எனக்கு குறுஞ்செய்தி அனுப்பிச்சிட்டாள்!"

மேகமாலாவின் கையிலிருந்த துர்தேவதைகளின் வேதபுத்தகத்தைப் பறிக்க முயன்றாள் ஸிஜா. ஸிஜாவுக்கும் மேகமாலாவுக்கும் அனல்பறக்கும் சண்டை ஆரம்பித்தது.

குனிந்து கொண்டு ஓடி மேகமாலாவின் மீது மோதினாள்.

நான்கு கைகளும் பலிங்சடுகுடு ஆடின.

மந்திரப் புத்தகத்தைத் தட்டிப் பறித்துவிட்டாள் ஸிஜா.

"இதை வச்சுக்கிட்டுத்தான பூச்சி காட்ன?" புத்தகத்தை சுக்குநூறாய்க் கிழித்து விட்டெறிந்தாள்.

அதுவரை புழுபோல் துடித்துக்கொண்டிருந்த மேகமாலா புகைய ஆரம்பித்தாள். அவளது உடலில் இருந்து துஷ்டதெய்வங்கள் அலறிக் கொண்டு வெளிப்பாய்ந்தன.

ஷிர்க் ஷிர்ரக்

பூனைகள் உருமாற ஆரம்பித்தன. எழுந்து பின்னங்கால்களில் நின்று இரு முன்னங்கால்களை உயர்த்தின. கூம்பின முகங்கள் சமனித்தன. வால் மறைந்தது. ரோமங்கள் கொட்டின.

இளைஞர்கள் அனைவரும் மனித உருவத்துக்கு மாறி முடித்தனர்.

நிலாவும்.

மேகமாலா பட்பட்டென்று வெடித்தாள். நரிபோல் ஓநாய் போல் ஊளையிட்டாள். நூற்றுக்கணக்கான மொழிகளில் ஓலமிட்டாள்.

பங்களா விரிசல் விட ஆரம்பித்தது.

"பங்களா அப்பளமா நொறுங்கப்போகுது. குயிக், எல்லாரும் பங்களாவுக்கு வெளியே ஓடுங்க"

சமரனைத் தூக்கிக் கொண்டாள்.

அனைவரும் தலைதெறிக்க ஓட ஆரம்பித்தனர்.

வீட்டு வெளிவாசலை அனைவரும் தாண்ட, பங்களா நொறுங்கி அழுங்கியது

ஸிஜா, நிலாவிடம் வந்தாள். "குட்டிபாஸ்... பத்திரமா இருக்கீங்களா? கற்பு பறிபோவதற்கு முன்னாடி எம்.ஜி.ஆர். மாதிரி வந்து காப்பாத்திட்டேனா?"

"குசும்பு குண்டுப் பாப்பா நீ."

   கறுப்பு பூனைக் கூட்டம்

சமரன், நிலாவின் கைகளைப் பற்றிக்கொண்டு அழுதான். "என்னைக் காப்பாத்தினதுக்கு நன்றி சார்"

"காப்பாத்தினது நான், நன்றி நிலாவுக்கா?"

ஷிஜாவின் கைகளைப் பற்றி முத்தமிட்டான் சமரன். "நன்றி மேடம்"

காவல்துறையும் தீயணைப்புப் படையும் வந்து சேர்ந்தன.

டியாரா ராஜ்குமார் முழுக்க குணமடைந்து இருந்தான். தனது மடியிலிருந்த வெள்ளைநிறப் பூனையை கீழிறக்கிவிட்டான்.

தேஜியும் ஷிஜாவும் கோரஸாக, "இதென்ன புது பழக்கம்?"

"பூனைகளை வைத்து மந்திரதந்திரம் செஞ்ச மேகமாலாதான் நமக்கு எதிரி. பூனைகள் நமக்கு எதிரிகள் அல்ல."

"பூனைக்கு என்ன பெயர் வச்சிருக்கீங்க பாஸ்?"

"மேகமாலா."

தொடர் படித்த முடித்த வாசக வாசகியரைப் பார்த்துக் கண்ணடித்து நாக்கைச் சுழற்றுகிறது, மேகமாலா!

⎯⎯⎯∞⎯⎯⎯